हसवेगिरी

'दिलीपराज प्रकाशन प्रा. लि.'च्या नवीन पुस्तकांची यादी व माहिती हवी असल्यास आपला पत्ता, दूरध्वनी क्रमांक किंवा Email आमच्या *diliprajprakashan@yahoo.in* या Email *address* वर पाठवावा किंवा आमच्याशी दूरध्वनी क्रमांक फॅक्ससहित : ०२०-२४४८३९९५/२४४९५३१४ / २४४७१७२३ यावर संपर्क साधावा.

आमच्या वेबसाईटला एकदा अवश्य भेट द्या.

Website: *www.diliprajprakashan.com*

हसवेगिरी

(विनोदी कथासंग्रह)

सुभाष भेण्डे

दिलीपराज प्रकाशन प्रा. लि.
२५१ क, शनिवार पेठ, पुणे - ४११ ०३०.

हसवेगिरी / Hasavegiri

प्रकाशक

राजीव दत्तात्रय बर्वे,

मॅनेजिंग डायरेक्टर,

दिलीपराज प्रकाशन प्रा. लि.,

२५१ क, शनिवार पेठ,

पुणे - ४११ ०३०

प्रकाशन दिनांक : १५ जुलै २०११

प्रकाशन क्रमांक : १८८३

ISBN : 978-81-7294-880-1

टाईपसेटिंग

पितृछाया मुद्रणालय,

९०९, रविवार पेठ, पुणे - ४११ ००२

मुखपृष्ठ

ज्ञानेश सोनार

श्री. विठ्ठल भास्कर वागळे
सौ. शालिनी विठ्ठल वागळे
— यांना आदरपूर्वक

सासू-सासरे असूनही तुम्ही मला
आई-वडिलांइतके जवळचे वाटता...

अनुक्रम

१. संपादकावर बाका प्रसंग

संध्याकाळचे सहा वाजले होते. भगवान सूर्यनारायण क्षितिजाकडे झेपावू लागला होता. मुंबापुरीतले लाखो कर्मचारी सहा एकोणीस वा तत्सम लोकल गाठण्याच्या गडबडीत असले आणि बसच्या थांब्यांना क्यूची असंख्य शेपटं फुटलेली असली, तरी उपनगरातल्या एका आळीत मात्र चैतन्य आलं होतं. मुंबापुरीतील तमाम विचारवंत आणि साहित्यशारदेचे उपासक या आळीतून ये-जा करीत होते, त्यावरून आळीच्या टोकाशी एखाद्या महत्त्वाच्या मासिकाची कचेरी असावी, हे चाणाक्ष वाचकांच्या लक्षात आलंच असेल. (आलं नसेल, तर आता येईल!)

गोष्ट खरी होती. 'अभिव्यक्ती' मासिकाची कचेरी या वेळी गजबजून गेली होती. मासिकाचे संपादक गोविंद ओझरकर हे संपादकीय खुर्चीवर विराजमान झाले होते आणि बड्या साहित्यिकांचा मेळावा त्यांच्याभोवती कोंडाळं करून बसला होता. सगळ्यांचे चेहरे चिंतातुर दिसत होते. काही जणांचे चेहरे तर नुकतीच एरंडेल तेलाची वाटी संपवून आल्यासारखे दिसत होते. आपल्या चेहऱ्यावर हास्याची एखादी सुरकुती जरी पडली, तरी अख्ख्या मराठी साहित्याची घडी विस्कटेल, या भीतीनं जो-तो तसं होणार नाही याची काळजी घेत होता.

"अभिव्यक्तीत सुधारणा झाली पाहिजे. बदलत्या सामाजिक संदर्भांचं भान अभिव्यक्तीनं राखलं पाहिजे." संपादक म्हणाले. त्यांचा आवाज घोगरा व धीरगंभीर होता. त्यामुळे एखादा प्रेषितच बोलतो आहे, असं वाटत होतं.

कुणी तरी म्हणालं, "अभिव्यक्तीनं नव्हाळीचं भिरभिरलेपण आता मागं टाकायला हवं!" म्हणजे काय, ते कुणालाच कळलं नाही; पण तसं सांगण्याची कुणाची प्राज्ञा नव्हती!

"अभिव्यक्तीचे काही लेखक वर्षातून चार-चार कथा लिहू लागले आहेत, ही दुःखाची व शरमेची गोष्ट आहे!" संपादक दुःखानं व शरमेनं म्हणाले.

हा शेरा ऐकून पुण्याहून मुंबईला काही कामासाठी आलेले व काम आटोपून 'साहित्य सोनियाच्या खाणी' जमलेले दोन साहित्यिक अंगावर पाल पडल्याप्रमाणं दचकले. त्यातला एक धीर करून म्हणाला, "गोविंदराव, पैशांची निकड होती; सबब दोन कथा जादा लिहाव्या लागल्या!"

"चार कवड्यांसाठी अभिव्यक्तीचा लेखक कधीपासून तडजोड करू लागला?" वाक्य त्वेषानं म्हणायचं असूनही संपादकांनी ते शांतपणे उच्चारलं, "बिंदुस्रावी असणं, हेच तर अभिव्यक्तीच्या लेखकाचं सामर्थ्य—"

"आणि कंसात मर्यादाही—पुढं उद्‌गारचिन्ह!" एक तरुण लेखक पुटपुटला.

हे पुटपुटणं ऐकू न आल्यासारखं करीत संपादक एका बाजूला बसलेल्या कलासमीक्षकाला म्हणाले, "मग? तुम्ही काय देता पुढल्या अंकासाठी?"

"घनवाद, दादावाद आणि अतिवास्तववाद यावर लेख तयार झाला आहे. पिकासो आणि सल्वदर दाली यांच्या कलेची तौलनिक चिकित्सा आहे—"

"उत्तम! लेखात हळवी भावविवशता येऊ देऊ नका, म्हणजे झालं. पिकासो तुमचा आवडता कलाकार— म्हणून हा इशारा!" संपादक हसत म्हणाले. त्यांच्या हास्याला तिरकस आशय होता. "हं, काय कविराज, नवी कविता देणार ना आम्हाला?"

"आजच ऑफिसमध्ये टाइपरायटरवर बडवली—"

"वा! म्हणजे छानच असणार!"

"अर्थात! मागं मी कविता लिहिली होती, त्या कवितेत सर्व प्रकारची विरामचिन्हं होती— प्रश्नचिन्हं, उद्‌गारचिन्हं वगैरे. कवितेत एकही अक्षर नसलं आणि नुसती विरामचिन्हं असली, तरी सर्व प्रकारची विरामचिन्हं वापरल्यामुळे त्या कवितेचा तोल बिघडला आहे, असं मागाहून माझ्या ध्यानात आलं. ती कविता विरामचिन्हंबंबाळ झाली होती."

"मग आता काय केलंय?" संपादकांच्या प्रश्नात कौतुहल्य होतं व ते दिसू न देण्याचा आटोकाट प्रयत्न होता.

"या वेळी मी फक्त पूर्णविराम आणि स्वल्पविराम ही दोनच विरामचिन्हं वापरली आहेत. त्यामुळे कविता आशयघन झाली आहे—"

"हो ना, शिवाय कंपोज करायला सोपी!"

"मराठी कविता आहे, त्यामुळे मराठी टंकलेखनयंत्रावर कविता टंकलिखित केली आहे!"

"फारच छान! हरिभाऊ आपट्यांच्या भाषेत सांगायचं म्हणजे हा चाणाक्षपणाचा कळस आहे!" मग सर्वांवरून एक नजर फिरवीत ते दृढ स्वरात म्हणाले, "हरिभाऊंचं नाव घेतलं तरी साहित्यिक म्हणून 'अभिव्यक्ती'नं त्यांचा पुनर्विचार केला आहे, असं कृपा करून समजू नका! त्यांनी लिहिलेल्या सर्व कादंबऱ्या फसल्या आहेत, हे 'अभिव्यक्ती'चं मत कायम आहे!"

एवढं बोलून संपादक गोविंद ओझरकर यांनी जांभई दिली. जांभईमागील कलात्मक सूचकता ध्यानी घेऊन सर्व साहित्यिकमंडळी उठून उभी राहिली आणि संपादकांचा निरोप घेऊन हळूहळू चालती होऊ लागली.

शेवटचा साहित्यिक दिसेनासा झाल्यावर संपादकांनी टेबलावरील नापसंत साहित्याचा गठ्ठा एका फायलीत ठेवला. आज आलेलं साहित्य एका पिशवीत कोंबलं आणि बायकोने पुन: पुन्हा आठवण केली होती म्हणून मेथीची भाजी व भरतासाठी वांगी या रुक्ष, गद्य व क्षुद्र वस्तू खरेदी करण्यासाठी बाजाराकडे जायची ते तयारी करू लागले.

तेवढ्यात कुणाची तरी पावलं वाजली. नेहमी वाजतात तशी मंद, सावध व नाजूक पावलं नव्हती ती. 'अभिव्यक्ती'च्या कचेरीनं कधी न ऐकलेला असा दाणदाण आवाज त्या पावलांतून येत होता आणि त्यामागोमाग शेव्हिंग क्रीम, पोमेड, स्नो- पावडर, स्प्रे या परिचित सुगंधांपेक्षा अगदी वेगळा असा दर्प.

गोविंद ओझरकरांनी मान वर करून पाहिलं आणि ते क्षणभर अवाक् झाले! एक काळाकभिन्न, मस्तकावर भरपूर केस असलेला, भरघोस मिश्यांचा, गालाचे एक-दोन टवके उडालेले आहेत — असा उग्र दिसणारा माणूस त्यांच्यासमोर उभा होता! त्याच्या खांद्यावर कुऱ्हाड होती व भयंकर गोष्ट म्हणजे, कुऱ्हाडीचं पातं चांगलंच धारदार होतं!

"क्-क—कोण हवंय आपल्याला?" संपादकांनी धीर गोळा करून विचारलं.

तो माणूस जागच्या जागी फुरफुरत उभा होता.

"म्हणजे पलीकडे सिनेमाचं शूटिंग वगैरे— आय मीन, तुमचा मेक-अप् मात्र अगदी सुरेख! बघितल्यावर पोटात धडकी भरते! मराठी की हिंदी सिनेमा?"

"हितं मासिकाचा संपादक कोण हाय?" तो गुरगुरला.

"म-मीच—"

"मी लेखक हाय तुमचा—तुमच्या मासिकाचा—नाव बरंच अवघड हाय—

जोडाक्षरं... डब्बल जोडाक्षरं.''

"अभिव्यक्ती.''

"सोपं नाव भेटलं न्हाय? ससा—मोर—हरण! त्ये ऱ्हाऊ द्या— मुद्द्याचं बोलू. माझी कथा परत का धाडून दिली तुमी?''

"तुमची कथा? कोणती बुवा?''

"ती— 'कुऱ्हाडीनं खांडोळी करीन!'...''

"अहो, पण—''

"कथेचं नाव हाय— कसं पावरबाज हाय— नुसतं ऐकून भ्यालात! हाय ना? माझं नाव झिपर चैत्या—''

"तुमचं खरं नाव, की टोपणनाव?''

"टोपणबिपण आम्ही वारली लोक न्हाय लावत—आमचा सगळा खुल्लमखुल्ला कारभार! खुल्लमखुल्ला सांगा, म्हाजी गोष्ट परत का धाडली? सावकारानं जेठू वारल्याला कुटलं—मिरचीची धुरी दिली, तेव्हा तो पेटून उठला. जमीनदाराची खांडोळी करीन म्हणाला, यात काय चुकलं? सांगा!''

संपादक महाशय खाकरले. त्यांना ती कथा आठवली. गेल्या आठवड्यात त्यांनी ती परत केली होती. नेहमीच्या मृदू शब्दांत त्यांनी सांगितलं, "त्याचं काय आहे झिपरसाहेब, कथावस्तू चांगली आहे, पण तिला टोक नाही!''

"टोक? कथेला टोक असाया ती बाण हाय की भाला रं? या कुऱ्हाडीच्या पात्याला हात लावतुस का जरा? बघ, टोक हाय का न्हाय! ये, भेऊ नगं— तुला टोक दाखिवतो!'' खांद्यावरची कुऱ्हाड खाली घेत लेखक उद्गारला.

संपादकाची गाळण उडाली. टेबलापासून दूर जाऊन सुरक्षित अंतरावर उभे राहून ते म्हणाले, "रागावू नका— स्पष्ट बोलतो— तुमचं अनुभवविश्व मर्यादित आहे.''

"अनुभवविश्व? ही काय भानगड?'' कुऱ्हाड टेबलावर आडवी ठेवीत झिपर चैत्यानं विचारलं.

"म्हणजे, तुम्ही जग नीट पाहिलेलं नाही... अनुभव फारसे घेतलेले नाहीत! तुमच्या छोट्या, संकुचित जगात तुम्ही फिरता आहात—''

"आसं—आसं! संपादकसाब, तुमी ऱ्हाता कुटं?''

"मी ना? वरळीला राहतो! त्याचा इथं काय संबंध? मी घरी भेटत नाही बरं का लेखकांना! भेटण्याचं स्थळ— हे ऑफिस!''

"तुमच्या घरी कोण येतंय! येळ कुटं हाय मला! तर, तुमी मुंबईच्या भायेर कंदी गेला व्हता?''

"हो तर! शाळेत असताना वसईचा किल्ला पाहायला गेलो होतो. मागं एकदा मित्राच्या लग्नाला नाशिकला गेलो होतो. तिथं गोरा राम-काळा राम—''

"तुमी खेड्यापाड्यात कंदी गेलाय?''

"गेलो नाही, पण तिथल्या जीवनाची मला माहिती आहे! व्यंकटेश माडगूळकर म्हणून एक लेखक आहेत मराठीत—''

"नाव कंदी आइकलं न्हाय—''

"त्याला मी काय करणार!''

"काय करू नका— फुडं बोला!''

"त्यांच्या कथा आम्ही छापल्यात. त्यावरून मला कळलंय की, तिथले लोक गुडघ्याभोवती मिठी घालून पचापच थुंकतात. कुत्री ल्हा-ल्हा असा आवाज करतात. मुंबईतील कुत्री तसा आवाज नाही करीत!''

"तुम्ही रोज काय जेवता?''

"भात, वरण, लिंबू, तूप, एखादी भाजी, पोळी, दह्याची वाटी... शेवटी मी ताकभात खातो—''

"तुम्ही कधी आंबील खाल्ली हाय? कोंड्याची भाकर? आंबाडी, चिंचेचा पाला, करवंदं, मोहाची फुलं, आळूचे कांदे, कडू कांदे—''

"हे काय जेवणात खायचे पदार्थ आहेत? आळूचे कांदे, कडू कांदे—'' संपादक खांदे उडवीत म्हणाले.

"आम्ही खातो. आम्हाला काय ठावं— जेवणात काय खावं, काय प्यावं? आम्ही अडाणी. आमचं अनुभवविश्व की काय म्हणालात— ते संकुचित, मर्यादित. आमाला जगाचा अनुभव कमी— तुम्हाला फार!''

संपादक मोठे चाणाक्ष. आपण शब्दांत पकडलो गेलो, हे त्यांनी जाणलं. पण अंगाला तेल चोपडून मलखांब खेळायची त्यांना सवय. एका आदिवासीला ते का बधतात?

"अहो, पण झिपरसाहेब— संपादकाचं वेगळं, लेखकाचं वेगळं! लेखकानं घेतलेले अनुभव, आपल्या पायावर उभा राहिला पाहिजे—''

"आईच्या मारी! तू मघाधरनं थरथरतोयस— तू पैल्यांदा हुबा ऱ्हा आपल्या पायावर— अणभवाचं मग बघू!''

"शिवाय तुमची कथा इतकी शब्दबंबाळ—''

"आता गुमान बसतोस, की करू तुला रक्तबंबाळ?''

"तुम्ही मला मारू शकता—रक्तबंबाळ करू शकता—'' चार पावलं मागं सरून अभिव्यक्तीच्या संपादकाला शोभेल अशा चिवटपणानं गोविंद ओझरकर

म्हणाले, "पण तरीसुद्धा मी ओरडत राहीन— मरता-मरता ओरडत राहीन— अस्सल कथेमध्ये काय हवं? झपाटून टाकणारी कोरी लखलखीत प्रतिमासृष्टी—"

कोऱ्या लखलखीत पात्यावरून बोटं फिरवीत झिपर चैत्या हिंस्र नजरेनं पुढं पावलं टाकू लागला. तेवढ्यात एका तरुणीनं त्या खोलीत प्रवेश केला.

आल्याबरोबर तिनं धप्पकन हातातली पाटी टेबलावर ठेवली. मग कमरेचा पदर सोडून त्या पदरानं वारा घेत ती झिपर चैत्याला म्हणाली, "संपादक तुमीच की—"

"ए बाई, मला कशापाय शिव्या घालत्येस? संपादक त्यो बघ— भिजलेल्या झिपऱ्या कुत्र्यावाणी दिस्तुया—त्यो! फुडं ये रे! बाईमाणूस आलं तरी तू भित्तीपाशी कशापाय हुबा?"

"तुमची परवानगी आहे ना?"

"हाय हाय, म्होरं ये!"

"ती कुऱ्हाड जरा मागं ठेवा— असल्या हिंस्र शस्त्राशी आमचा कधी संबंध येत नाही ना—"

"आमचा येतो! कारण आमचं अनुभवविश्व मर्यादित!"

संपादकांनी त्याच्या छद्‌मी उद्‌गारांकडे दुर्लक्ष केलं आणि पुढं येऊन ते धप्‌कन खुर्चीत कोसळले.

"बोला बाई— तुमचं काय?"

"ही भेट हाडल्या तुका. म्हावरं हाय ताजं. सरंगा, भिंग, झिंगे, पाप्लेटा—"

"पण मी हे खात नाही!"

"मागीर खाता किते तू?"

"तो भात, आळूची भाजी, वरण खातो गं! त्ये म्हावरं मला द्ये, मी घिऊन जातो घरला! चार दिवस पोरं कंद उकळून खातायत्; चार दिवसांपूर्वी ताण गवसलं तेव्हापुन त्योच खुराक! येळात येळ काढून कथा लिहिली, तर साभार परत! हात्तिच्यायला!"

"माजी गाणीबी साबार परत! म्हणून आयला हाका जाब विचारूक!" ती मत्स्यगंधा म्हणाली. मत्स्यगंधेप्रमाणं ती योजनगंधा होती. तिच्या अंगाला येणारी माशाची हिवळाण आसमंतात पसरून राहिली होती. संपादकांनी श्वासोच्छ्‌वास करण्याचं कधीच सोडून दिलं होतं!

"ह्ये चिठीचा अर्थ काय?" मत्स्यगंधेनं विचारलं.

"चिठी? ह्येनं आणिक कसली चिठी धाडली तुला?"

"गाणी परती धाडली हाये. ताज्याबराबर ही चिठबी आसा."

"मला न्हाय चिठी धाडली—फकस्त कथा परत! का वं संपादक, आसं का म्हून?"

"त्याचं काय आहे, आम्ही लेखिका-कवयित्रींना पत्रं पाठवण्याची काळजी घेतो. आपल्याकडे चांगल्या, दर्जेदार लेखिका फार कमी, म्हणून आम्हाला आवर्जून लेखिकांची नवी पिढी तयार करायची आहे."

"ह्या चिठीचो अर्थ किते?"

"इकडे दे— म्या वाचतु—"

"नाका—त्येका वाचूंनी. वाच रे, बेगीनं वाच. म्हाका म्हावरा घेऊन वर्सोव्या जायचं आसा—"

"वाचतो—" मानेवरला घाम पुशीत संपादकांनी घसा खाकरला. "क्षणोक्षणी निराळ्या तऱ्हेने प्रतीत होणारी कालाची जाणीव हा कवितेचा स्थायिभाव असला पाहिजे. वर्तमानाचा प्रत्येक क्षण संज्ञाप्रवाह म्हणून नव्हे, तर संवेदनाप्रवाह म्हणून जाणवायला हवा. अनुभूतीतील स्पर्श, रूप, रस, गंध..."

"बास—बास! आता मराठीत अर्थ सांग!"

"दोन कोळीगीता धाडली म्हणून एवढी अवघड चिठी? चार गीता धाडली तर काय लिहिला असता रवळनाथ जाणा!"

"बाई, आम्ही कोळीगीतं का छापली नाहीत कधी? अचला पटवर्धन घ्या, अंजली कर्वे घ्या— काय सुरेख कोळीगीतं करतात! चांदणी रात्र, कोळी नाव वल्हवतोय, कोळी पाण्यात जाळं टाकायचं विसरून गेलाय, चंद्राकडे तो अनिमिष नजरेनं पाहतोय : 'चंद्र देतो हाक। दर्याच्या राजाला'—"

"शिरा पडला तांच्या तोंडाक! उजो लागू तुझ्या तोंडाक! कर्वेंक आणि फिर्वेक खबर आसा? चांदणा आसता तेन्ना सुरमय, पाप्लेट, भिंग-धवे म्हावरां वैर येतात. तेन्ना जाळे वडोवून तांका धरू जाय. गाबित चंद्राकडे बघत बसल्यार पोटाक किते घालतले—काटे? दर्या केन्ना बघला ताणी? चौपाटीक गेल्यार दर्या बघतात— भेळ, पाणीपुरी खातात! आणि चंद्र देतो हाका दर्याच्या राजाला म्हणं! असली गाणी तुमी छापतात—माझी गाणी परती धाडली!"

"त्याचं काय आहे बाई, नुसती माहिती असून चालत नाही; शब्दकळेशी इमान राखलं पाहिजे. जपानी गैषा मुलायम पीस घेऊन पुरुषांच्या शरीरावरील रंध्रांना हलकेच स्पर्श करतात. शब्द म्हणजे भाषेच्या शरीरातील रंध्रं. तिच्याशी तुम्ही मुलायमपणे रतिक्रीडा केली पाहिजे—"

"तुम्ही बघल्या जपानी गैषा? तिणे फिरयल्या तुज्यावैल्यान पीस?"

"तसं नाही, पण—"

कुऱ्हाड खांद्यावर टाकून कथालेखक मत्स्यगंधेला म्हणाला, "चल गो, ह्येच्याकडे भांडण करायला येळ नाही! घ्ये तुजा म्हावरां—"

संपादकांनी सुटकेचा नि:श्वास सोडला. दारापर्यंत जाऊन झिपर चैत्या परत आला. "आरे हो, म्या विसरून ग्येलो व्हतो. उद्या तुझ्याकडे जेजुरीची एक मुरळी येणार हाय—शेवंता म्हणं—तिचीबी गोष्ट तू परत धाडली म्हणं! मला भेटली व्हती काल. तिला एक चिठी लिहिली हायस— ती बाईमाणूस, म्हणूनशान! त्या चिठीत तू काहीतरी पसरट हाय, काहीतरी गोल हाय, कशाला तरी टोक न्हाय— कसला तरी गर्भ—"

"गर्भ? हां-हां— आशयगर्भ असेल."

"—तर ती भयंकर तापलीया! उद्या वाघ्याला बरुबर घिऊनशान हापिसात येणार हाय!"

"कुऱ्हाड घेऊन?"

"कुऱ्हाडीनं काय भागतंय— हा हा हा-" आणि विकट हास्य करीत तो कथालेखक निघून गेला.

संपादक क्षणभर दिङ्मूढ अवस्थेत उभे राहिले. निश्चित कोणता पवित्रा घ्यावा, हे त्यांना सुचेना. तूर्त त्यांनी उद्याच्या रजेचा अर्ज खरडला— मॅनेजरच्या टेबलावर तो ठेवून ते घाईघाईनं जिना उतरू लागले...

◆◆◆

२. 'तिलोत्तमे'ची साडेसात वर्षे

'तिलोत्तमा' मासिकाच्या वाङ्मयीन कामगिरीचा परामर्श घेणारा लेख आपण आवर्जून माझ्याकडून मागितलात, यावरून आपल्या चिकित्सक वृत्तीची साक्ष पटते. पाच कोटींच्या (बरोबर आहे ना हो हा आकडा?) आपल्या या महाराष्ट्रात धड पाच मासिके चांगली निघत नाहीत, हे ध्यानात असल्यामुळे साडेसात वर्षांपूर्वी मी 'तिलोत्तमा' सुरू केले. आज या मासिकाची गुणवत्ता ज्याला भावत नाही, तो करंटा! 'तिलोत्तमेची साडेसात वर्षे' हे शीर्षक वाचून, 'तिलोत्तमा' ही मराठी नियतकालिकविश्वाला लागलेली साडेसाती आहे, अशी टुकार कोटी आमचे हितशत्रू करतील. अशा मंडळींकडे दुर्लक्ष करून आमच्यासारख्यांना आपला मार्ग आक्रमावयाचा आहे!

नुकतेच मला एक होतकरू लेखिकेचे पत्र आले आहे. ती लिहिते : 'सोबत वेगवेगळ्या जाती-जमातींतील डोहाळजेवणांवर लेख पाठवीत आहे. तथाकथित उच्चभ्रू मासिकांकडे न पाठवता तो मी आपल्या दर्जेदार मासिकासाठी मुद्दाम पाठवीत आहे. 'तिलोत्तमा'तल्या प्रसिद्धीचं अप्रूप वाटतं. आपल्या मासिकाची दोन वर्षांची वर्गणीही चेकने पाठवीत आहे.' आणखी एका उदयोन्मुख लेखिकेचे पत्र पाहा : 'माझ्या 'बैंगणभरता' या, पंजाबी तरुण व मराठी तरुणी यांच्या आंतरप्रांतीय प्रेमावर आधारलेल्या कथेची स्वीकृती आपण एका वर्षापूर्वी कळवली होती. या कथेचे हस्तलिखित आपल्याकडून गहाळ झाल्याची शंका येते, म्हणून कथेची नवी प्रत पाठवीत आहे. कथा गहाळ होऊन 'तिलोत्तमा'सारख्या सर्वश्रेष्ठ मासिकातून ती प्रसिद्ध होण्याची सुवर्णसंधी दुरावू नये, म्हणून तर

हा प्रपंच. आणि हो, तुम्ही तुमचे एक छायाचित्र पाठवाल का? माझ्या आवडत्या संपादिकेचे छायाचित्र मला मरीआईच्या तसबिरीखाली लावायचे आहे. मरीआई हे आमचे कुलदैवत.' मी लागलीच या लेखिकेला माझे छायाचित्र पाठवून दिले. 'तिलोत्तमे'वर प्रेमाचा वर्षाव करणाऱ्या अनेक लेखिकांकडून मला रोज अशी पत्रे येत असतात. ज्यांना गुणांची जाण आहे, अशांचे साहित्य मी आवर्जून प्रसिद्ध करते. अशा खुषीपत्रांची मला आता सवय झाली आहे आणि अशी खुषीपत्रं पाठवण्याची 'तिलोत्तमे'च्या लेखक-वाचकांनाही सवय झाली आहे.

साडेसात वर्षांचा 'तिलोत्तमे'चा विकासपट जसजसा डोळ्यांसमोरून सरकू लागतो तसतशा तत्पूर्वीच्या खासगी जीवनातील स्मृती जाग्या होऊ लागतात. साडेसात वर्षांपूर्वी ऑफिसातल्या एका विवाहित स्टेनोच्या नादी लागून माझे पती मला घटस्फोट देतात काय आणि पुरुषप्रधान संस्कृतीत स्त्रीजातीवर होणाऱ्या अन्यायामुळे मी चवताळून जाते काय— सारेच विलक्षण! स्त्रियांची दु:खे वेशीवर टांगण्यासाठी, स्त्रीचे व्यक्तिमत्त्व समृद्ध करण्यासाठी, त्यांच्या जीवनाला अर्थ प्राप्त करून देण्यासाठी मी हे मासिक सुरू केले. 'तिलोत्तमे'चा जन्म विद्रोहातून झाला. ज्या वेळी ती जन्मली; तेव्हा स्त्रियांच्या भावभावना, विचार प्रकट करण्यासाठी योग्य ते माध्यम नव्हते. स्वतंत्र विचारांची आग प्यालेल्या आधुनिक मराठी लेखिकांना रूपवादी, केवळ कलावादी मासिकांत स्थान नव्हते. नवा क्रांतिगर्भ आशय घेऊन अवतरणाऱ्या कथा-कवितांना 'साभार-परती'च्या चिठ्ठ्या डकवल्या जात. अंतर्गत ताणतणावांच्या परिणामी खदखदणाऱ्या कथांवर नकाराचे पलिस्तर मारले जाई. कोंडीमुक्त भाषेला 'टोक नाही' आणि आक्रोशणाऱ्या मनाला 'कलेचे भान नाही' असे हिणवले जाई. 'पाटणकरांचे सौंदर्यशास्त्र श्रेष्ठ की लवंद्यांचे?' या वांझोट्या वादात स्त्रियांचेही एक वेगळे सौंदर्यशास्त्र असते, हे सोईस्करपणे विसरले जाई. तात्पर्य, रक्तबंबाळ झालेल्या आजच्या स्त्रीजीवनाचे विविध पैलू देण्याऐवजी शब्दबंबाळ समीक्षा देण्यासाठी मासिकाचा महागडा कागद खर्ची पडू लागला, तेव्हा 'तिलोत्तमा' जन्माला घालणे, हे एक अपरिहार्य कर्तव्य होऊन बसले!

गेल्या साडेसात वर्षांतील नव्वद अंक वरवर जरी चाळले तरी समाजजीवनाचा एक पटच उलगडल्यासारखा वाटतो. आजच्या स्त्रीचे अनुभवविश्व तिच्या ब्लाऊजच्या बाह्यांप्रमाणे तोकडे नाही. उलटपक्षी, तिच्या ब्लाऊजच्या गळ्याबरोबरच तिच्या अनुभूतीच्या कक्षाही रुंदावल्या आहेत, हे नि:संशय. 'तिलोत्तमे'च्या पहिल्या अंकात प्रसिद्ध झालेल्या 'मी आता कोठे जाऊ?' या कथेतील दुर्गा आपल्या नवऱ्याने टाकून दिल्यामुळे आत्महत्या करायला निघते; तर 'तिलोत्तमे'च्या ताज्या अंकात

प्रसिद्ध झालेल्या 'उलटलेला डाव' या कथेतील मेघना आपला नवरा बाई ठेवतो, हे पाहून त्याला शिकविण्यासाठी आपणही एका पुरुषाला 'ठेवते'! दारू पिऊन मारहाण सहन करणाऱ्या व नवऱ्याने घराबाहेर ढकललेल्या स्त्रीची व्यथा 'मेली ही पुरुषजात!' या सहा वर्षांपूर्वीच्या अंकात प्रसिद्ध झालेल्या कथेत शब्दबद्ध झाली होती. गतवर्षीच्या 'स्त्री-मुक्ती विशेषांका'त प्रसिद्ध झालेल्या 'डॉलीचा घोव' या कथेतील डॉली बॉसबरोबर पार्टीला जाते, तेथे मद्यपान करते व घरी आल्यावर नवरा त्याबद्दल अपशब्द बोलतो म्हणून त्याला मध्यरात्री बाहेर काढते. स्त्रीला यापुढचा पल्ला गाठायचा आहे याची आम्हाला नम्र जाणीव आहे. समग्र स्त्रीजातीकडे पाहण्याचा समाजाचा दृष्टिकोन बदलण्यासाठी अशा तऱ्हेच्या कथा अधिकाधिक छापण्याचा 'तिलोत्तमे'चा मानस आहे.

जीवनाच्या व्यापक संदर्भात स्त्रीला स्वतःचा चेहरा हुडकता यावा, तो अधिकाधिक सुंदर दिसावा, यासाठी 'तिलोत्तमे'ने अनेक उपक्रम हाती घेतले. दोन वर्षांपूर्वी आम्ही 'ब्यूटी पार्लर' विशेषांक काढला, तो त्याच हेतूने. ('तिलोत्तमे'च्या वर्गणीदारांना 'ब्यूटी एड्स' सवलतीच्या दराने मिळतात. केस गळू नयेत यासाठी स्त्रियांना डोक्यावर अंड्याचा बलक थापता यावा म्हणून 'तिलोत्तमा' कचेरीच्या आवारात आम्ही कुक्कुटपालन केले आहे. वर्गणीदारांना अंडी स्वस्त दराने मिळतात.) 'माथेरान' या सदरातील 'बुचडा ते बॉबकट' ही लेखमाला आवडल्याची शेकडो पत्रे आम्हाला आली. 'सकच्छ साडी आणि ती नेसल्यावर घ्यावयाची काळजी' या लेखाचे उभ्या महाराष्ट्राने कौतुक केले. या लेखातील शेवटचे वाक्य असे होते— 'खाडिलकरांच्या धैर्यधराला स्त्री साडी नेसताना सुंदर दिसली होती. आधुनिक धैर्यधराला स्त्री साडी नेसल्यावरसुद्धा सुंदर दिसायला हवी!' यासारख्या साहित्यिक संदर्भामुळे सकच्छ साडी नेसणाऱ्या स्त्रीइतका लेखही भारदस्त झाला आहे. 'ब्रेसियर्स कशा निवडाव्यात व घालाव्यात?' यावरची आमची सचित्र लेखमाला पुरुषांनाही आवडली. ती लेखमाला वाचून महाराष्ट्रातील अनेक नवऱ्यांनी कात्र्या घेऊन आपापल्या बायकांच्या ब्लाऊजबाहेर डोकावणाऱ्या ब्राच्या किमतीची वा साइजची लेबले कातरून टाकली आहेत. ब्रावरील या लेखमालेने हजारो स्त्रियांना मान ताठ ठेवून, छाती पुढे काढून समाजात वावरायला शिकवले आहे. 'तिलोत्तमे'च्या या कामगिरीबद्दल महाराष्ट्र तिचा सदैव ऋणी राहील.

'भावनांच्या प्रचंड स्फोटाला दिलेले मनुष्यरूप म्हणजे स्त्री', असे मीच कोठे तरी म्हटले आहे. बाराव्या वर्षी तिच्या भावी जीवनात सुरू होणारा कल्लोळ वयाच्या पंचेचाळिसाव्या वर्षापर्यंत टिकून राहतो. या सर्व अवस्थांची दखल 'तिलोत्तमे'नं आवर्जून घेतली आहे. 'अय्या, तेरावं वर्ष का लागलं?', 'इश्श! आमची बेबी

आता वयात आली!', 'अग्गो बाई, पहिलटकरीण का?', 'अरेरे! मेनोपॉज!' ही शीर्षकेच पुरेशी बोलकी आहेत. स्त्रियांच्या गरोदरपणाच्या प्रत्येक महिन्याला वाहिलेले असे आम्ही नऊ विशेषांक काढले. 'ब्रेस्ट-फेड म्हणजे का बेस्ट फेड?' या विषयावरच्या आम्ही आयोजित केलेल्या परिसंवादात केवळ पुरुषांनी भाग घेतला होता, हे विशेष! 'डोहाळे की नुसते सोहाळे?' या विषयावर आम्ही अभिनव स्पर्धा घेतली होती. केवळ गरोदर स्त्रियांना ही स्पर्धा खुली होती (तसे सर्टिफिकेट त्यांच्या नवऱ्यांनी द्यावयाचे होते.) स्त्रियांना या काळात ज्या वस्तू विशेषत्वाने प्रिय असतात, त्या वस्तू आम्ही पारितोषिके म्हणून वाटल्या. मराठी नियतकालिकांच्या इतिहासात ही स्पर्धा अद्वितीय ठरावी.

या विविध लेखांचे वैशिष्ट्य असे की, हे लेख आम्ही दोन-तीन वर्षांच्या अंतराने पुन्हा जसेच्या तसे छापले तरी वाचक तक्रार करत नाहीत. स्त्रियांपुढील या समस्या चिरंतन आहेत, हेच यावरून सिद्ध होते. मी गतवर्षी तीन महिन्यांच्या मॅटर्निटी लीव्हवर होते. त्या काळात निघालेल्या अंकात बहुतेक पूर्वीचे लेख पुनर्मुद्रित केले होते. 'तिलोत्तमे'तील लेख पुन: पुन्हा वाचले तरी नवे वाटतात.

गेल्या साडेसात वर्षांत आम्ही 'उदरभरण' सदरात अनेक नवनवे पदार्थ दिले आहेत. ते बारकाईने वाचणाऱ्याच्या ध्यानात येईल की, आम्ही दुपारी खाण्याचे पदार्थ मुद्दाम दिलेले नाहीत. स्वत:च्या पायावर उभी राहू पाहणारी आजची स्वतंत्र स्त्री दुपारच्या वेळी घरी असणार कुठून? 'चूल आणि मूल' ह्यात गुंतलेल्या एखाद्या भाबड्या स्त्रीने सकाळी करावयाचे पदार्थ दुपारी करून आमचा हेतू उधळून लावू नये म्हणून, ज्याप्रमाणे सकाळचे राग सकाळी व संध्याकाळचे राग संध्याकाळीच गावयाचे असतात; तसेच 'सकाळचे पदार्थ सकाळीच रुचकर लागतात, दुपारी त्यांची चव बिघडते', असे आम्ही आवर्जून ठळक टाइपात लिहीत असतो. झोपडपट्टीत राहणाऱ्या स्त्रियांसाठी आम्ही विशेषांक काढला तेव्हा अंड्याची आंबील, कोंबडीचे कालवण, फळांचा चिखल या नावाच्या पदार्थांच्या कृती दिल्या (हेच पदार्थ आम्ही पांढरपेशा स्त्रियांसाठी अनुक्रमे एग करी, चिकन चिली फ्राय आणि फ्रूट सॅलड या नावाने दिले होते.) झोपडपट्टीतील भगिनींना कळेल अशा भाषेत पदार्थांच्या पाककृती देण्याचे आमचे चातुर्य चाणाक्ष वाचकांच्या ध्यानात आलेच असेल. 'उदरभरण' सदरातील चिरोट्यांना पुरेसे टोक असल्याचे व खव्याच्या करंज्या पुरेशा आशयगर्भ असल्याचे रूपवादी व केवलकलावादी मासिकांना मान्य करावेच लागेल!

विणकाम व भरतकाम हे स्त्रीचे व्यक्तिमत्त्व समृद्ध करणारे आवश्यक प्रकार आहेत, असे आमचे मत आहे. एकाग्रता, सततोद्योग, चिकाटी हे गुण अंगी

बाणवण्यासाठी विणकाम-भरतकामाचा उपयोग होतो. काही महिलांना वायफळ बडबडण्याची सवय असते. त्यांच्या तोंडाला टाके घालण्यासाठी विणकामाचा उपयोग होतो. पुरुषी अहंकाराने नवरा विनाकारण करवादू लागला, तर शांतपणे विणकाम करीत बसण्याने तो अधिकच खवळतो, याचा अनुभव भगिनीवर्गास आहेच. काश्मीरपासून कन्याकुमारीपर्यंत सर्व प्रकारचे उलटसुलट टाके महिलांना शिकवताना 'तिलोत्तमे'ने पुरुषांच्या स्वेटरचे नमुने देणे कटाक्षाने टाळले आहे. इतकेच नव्हे, तर केवळ लहान मुलीच्या पायमोज्याचे नमुने आम्ही देतो— मुलाच्या नव्हे! 'आजचा बाळ हा उद्याचा पुरुष आहे', हे कटू सत्य आम्ही निरंतर मनी बाळगले आहे.

'तिलोत्तमे'ने आपल्या अल्प जीवनात अनेक उपक्रम हाती घेतले : 'पुरुष हा क्षणाचा पती तर अनंत काळाचा पतित आहे' यावर आम्ही पुण्यात सर्व्हे घेतला, तेव्हा दोन-तृतीयांश पुरुष आम्हाला पतित आढळले (यांत पेन्शनरांचाही समावेश आहे.) वटसावित्रीच्या दिवशी भाबड्या स्त्रिया 'हाच पती जन्मोजन्मी मिळावा' म्हणून वडाभोवती प्रदक्षिणा घालतात. ही दुष्ट चाल नष्ट व्हावी म्हणून आमच्या मासिकातर्फे स्त्रियांच्या गटांनी वटसावित्रीच्या दिवशी शहरातील सर्व वड पहाटेपासून कबज्यात घेतले. महिलावर्गाला वडाची एक फांदीही मिळू दिली नाही. हरितालिकेचा उपवास बायकांबरोबर पुरुषांनीही करावा, यासाठी आमचे प्रयत्न सुरू आहेत.

संपादक लेखकांना घडवतो का? इतरांचे मला ठाऊक नाही; पण 'तिलोत्तमे'ने अनेक लेखिकांना घडवले आहे आणि यशाच्या मार्गावर आणून सोडले आहे! 'उदरभरण' सदर दीड वर्ष लिहिणाऱ्या अचला हंबर्डाफोडकर यांनी मुलींच्या कॉलेजात कँटीन उघडले आहे. 'तिलोत्तमे'तले सौंदर्यशास्त्रावरले धडे आत्मसात करून रचना डोईफोडे यांनी नुकतेच 'ब्यूटी पार्लर' उघडले आहे. झोपडपट्टीतल्या भगिनींना त्या निम्मा दर आकारतात, हे त्यांना भूषणावह आहे. आमच्या लेखिका शशी दबडघाव यांनी लिहिलेल्या 'भंडावलं गं बाई पुरुषांनी' या पुरुषपात्रविरहित नाटिकेचा राज्य पुरस्कार थोडक्यात हुकला. (शशी दबडघाव स्त्री नसून पुरुष आहेत, हे हा लेख लिहीत असताना कळले— बरे झाले बक्षीस हुकले ते! भली खोड मोडली!)

'तिलोत्तमे'ची आर्थिक परिस्थिती प्रारंभापासून सुमार राहिली. एका नामवंत लेखिकेला आम्ही साहित्य पाठवण्यासंबंधी विनंती केली आणि 'तिलोत्तमा लहान आहे, त्यामुळे मानधन देणे शक्य होणार नाही', असे कळविले. त्या लेखिकेने 'तिलोत्तमा मोठी झाल्यावर मी साहित्य पाठवीन!' असे खवचट उत्तर पाठवले. तेव्हापासून आम्ही होतकरू लेखिकांना संधी देतो. 'वर्गणीदार झाल्याशिवाय साहित्य

छापले जाणार नाही', अशी अट ठेवल्याने आमची आर्थिक परिस्थिती आणि 'तयार पदार्थ ऑफिसात आणून दिल्याशिवाय कृती छापली जाणार नाही' या अटीमुळे आमची शारीरिक परिस्थिती झपाट्याने सुधारली.

मराठीतील महिला मासिकक्षेत्रात साडेसात वर्षांचा काळ 'तिलोत्तमा-युग' म्हणून ओळखला जातो! या काळात पतंगराव झाडबुके महाविद्यालयात मराठीचे अर्धवेळ प्राध्यापक म्हणून काम करणारे व परिणामी जवळजवळ दिवसभर रिकामे असणारे प्रा. बेडकीहाळकर यांनी मला प्रारंभी मदतीचा हात दिला नसता आणि दोन वर्षांपूर्वी त्याच हातात माझा हात घेऊन मला आपल्या जीवनात भागीदारीण करून घेतली नसती, तर आज मी कोठे पोचले असते याची कल्पनाही करवत नाही! (वर्षापूर्वी मी मॅटर्निटी लीव्हवर का गेले होते, हे मघापासून बुचकळ्यात पडलेल्या वाचकांच्या ध्यानात आलेच असेल!) 'तिलोत्तमे'चे पाच कोटी मराठी बांधवांवर उपकार आहेत, तसे माझ्यावरही उपकार आहेत. माझ्या जीवनातील प्रचंड पोकळी तिच्यामुळे भरून निघाली, हे या निमित्ताने नमूद करणे मी माझे कर्तव्य समजते!

♦♦♦

3. मोले घातले लिहाया

सकाळी उठलो तेव्हा दुपार होत आली होती. माध्यान्हीचा सूर्य बाहेर तळपत वगैरे असावा. सूर्य उगवताना कसा दिसतो, हे मी जवळजवळ विसरून गेलोय! घरात सामसूम झाली होती. बेबी कॉलेजला न् नंदू शाळेत गेला असावा. बटाटे-टोमॅटो रश्श्याचा वास किचनकडून तरंगत येत होता. सरोज किचनमध्ये होती, हे निश्चित.

वॉश घेऊन मी किचनमध्ये शिरलो. डायनिंग टेबलाजवळ बसलो.

सरोजनं रस्सा पळीनं ढवळीत चौकशी केली, "ब्रेकफास्ट घेणार की एकदम लंच?"

"नुसता चहा कर मस्तपैकी."

सरोजनं गॅसच्या शेगडीवर चहाचं आधण ठेवलं.

मी दोन्ही हात वर फेकून झक्कपैकी आळस दिला आणि आळस देतोय, हे मुक्तकंठानं जाहीरही करून टाकलं!

"झोप झाली नाही वाटतं तुमची?" सरोजनं विचारलं.

"अगं, रात्री दोन वाजता आलो घरी."

"गेली अनेक वर्षं रात्री दोनच्या आधी आलायत का कधी घरी? सिनेमा-नाटकं—पॉप म्युझिक—फिल्म ॲवार्ड कार्यक्रम—मणिपुरी, रशियन बॅले! सांस्कृतिक कार्यक्रम तुमच्याशिवाय पार पडत नाहीत या उभ्या मुंबईत!"

"काय करू! कलासमीक्षक याने आर्ट क्रिटिक आहे ना मी!"

"हो ना! आणि आमच्याकडे काय, आर्ट क्रिटिकला दुनियेतल्या यच्चयावत् गोष्टी कळतात, असा लोकांचा गैरसमज!"

"चूप, मोठ्याने बोलू नकोस! या गैरसमजावर तर आपलं पोट अवलंबून!" मी हसत म्हटलं.

चहा घेताना मी म्हटलं, "चार वाजेपर्यंत झोप नाही. कारण काय ते विचार—"

"काय कारण असणार? कालच्या कार्यक्रमातील कुणी डान्सर—"

"छे! भलतंच गद्य कारण. तू काळी तीनमध्ये घोरत होतीस! तुला एक-दोनदा हलवून उठवलं, तर कूस बदलून पुन्हा घोरायला सुरुवात!"

"पुरे! इतकी घोरत नाही बरं का मी!"

"हो का? टेपरेकॉर्डर आणू? आपण कध्धी कध्धी घोरत नाही म्हणून ठासून सांगितलंस आणि त्या दिवशी रात्री चांगली काळी चारमध्ये घोरू लागलीस! टेप केलेलं तुझं ते घोरणं वाजवून दाखवू?"

"काही नको! आणि ती टेप आणा पाहू माझ्याकडे! उठसूट पोरांपुढं वाजवता आणि माझी बदनामी करता! बाय द वे, तुम्हाला सकाळपासून बरेच फोन आले, बरं का!"

"कुणाकुणाचे?"

"नडियादवालाचा तीनदा आला. शिवाय बॅनर्जी—ओझरकर—नाचणे–"

"तुझं बरं आहे, सरोज! तुला एकच नवरा आहे; मला दहा नवरे! सगळ्यांची मर्जी सांभाळावी लागते!"

"मग झालात कशाला आर्ट क्रिटिक? चांगली प्रोफेसरची नोकरी होती, ती सोडलीत आणि नसत्या फंदात—"

एकंदरीत सकाळ नेहमीसारखी उगवली होती! कॉलेजमध्ये पोरं वळण्याचा धंदा करण्यापेक्षा मी फ्री लान्स आर्ट क्रिटिकचा व्यवसाय पत्करला म्हणून सरोजनं मला दूषणं दिली, म्हणजे सारा दिवस सुखात जाणार, हे ठरलेलं. सरोजला काय कळणार, कलासमीक्षकाला किती मान असतो ते! मोठमोठे चित्रकार आपल्या पेंटिंगविषयी चार ओळी छापून याव्यात म्हणून दाती तृण धरून कसे शरण येतात; इंपाला, कॅडिलॅक गाड्यांतून फिरणारे सिनेमा-निर्माते नाजूक आवाजात, रुंद हास्य करीत कसे कॉकटेल पार्ट्यांना बोलावतात; छिन्नी घेऊन दगडावर काम करणारे शिल्पकार नामक पाथरवट कसे गोंडा घोळत असतात— सरोजला सांगितलं तरी पटत नाही! सेन्सॉर बोर्ड, नाट्य परीक्षण मंडळ, मॉडर्न आर्ट अकादमी, रेडिओ न् टी. व्ही— आमच्याशिवाय या संस्था चालतील तरी कशा? आम्हाला वगळा... गतप्रभ झणी होतील तारांगणे!

फोन वाजला तेव्हा सरोजला म्हटलं, "कोण आहे, बघ गं जरा!"

"आता एक टेलिफोन ऑपरेटर ठेवा!" सरोज म्हणाली.

"अगं, तुझ्यासारखी हक्काची ऑपरेटर घरी असताना—"

सरोजनं फोन घेतला.

"कोण गं?"

"नडियादवाला. चौथ्यांदा फोन!"

मी फोन उचलला, "हॅलो नडियादवाला, काय वार्ता? तुमच्या प्रदर्शनावर रिव्ह्यू आलाय ना दोन कॉलम—"

"वाचला. म्हणून फोन केला."

"ठीक आहे ना?"

"मला आश्चर्य वाटलं साहेब— तुम्ही प्रदर्शन पाहायला आला होतात कधी? मी सकाळपासून रात्रीपर्यंत हॉलमध्ये होतो. तुमची वाट पाहत होतो."

"दॅट्स अवर ट्रेड सीक्रेट!" मी हसत म्हटलं, "तुम्ही लंचसाठी गेला होता ना?"

"पण त्या वेळी हॉलचं दार बंद होतं!"

"ते आम जनतेसाठी! आर्ट गॅलरीचं दार मला बंद करणाऱ्याची आई अजून बाळंत व्हायची आहे! समजलं ना?"

मी फोन खाली ठेवला.

मागल्या वर्षी या नाडियादवालाच्या पेंटिग्जचं प्रदर्शन पाहिलं होतं. हळवी रंगसंगती, अस्थिर रेषा आणि चेहऱ्यावरले ओशट भाव सारं काही ठरून गेलं आहे. एका वर्षात काय बदल होणार आहे? हॉलमध्ये जायला कशाला हवं? भात कसा झाला, हे पाहायला आमच्यासारख्यांना शीतसुद्धा हातात घ्यायची गरज नसते!

फोन खाली ठेवला, तर सरोज आपल्या वयाच्या स्त्रीशी व किशोरावस्थेतल्या एका मुलीशी बोलत बसलेली. दोघींचे चेहरे सर्रिॲलिझम मॉडेलमध्ये चपखल बसणारे!

"नमस्कार! मी रजनी करंडे, सरोजची बालमैत्रीण." पाहुण्या बाई म्हणाल्या.

"हो का? कठीण आहे!" मी म्हटलं.

"काय कठीण आहे हो?" सरोजनं चिडून विचारलं.

"तुझ्याशी बालपणी मैत्री करणं आणि ती आजपर्यंत टिकवणं!"

"बरं—बरं! तुमचे शेरे मागाहून; आधी त्यांचं काम काय आहे ते पाहा!"

"—तर माझी ही मुलगी अर्चना करंडे."

"हां— म्हणजे मागल्या आठवड्यात ताज गॅलरीत चार आर्टिस्ट्सचं प्रदर्शन भरलं होतं, त्यांपैकी एक."

"हो. हिची दहा पेंटिंग्ज होती. तुम्ही प्रदर्शनाला आला होतात. मी पाहिलं होतं तुम्हाला."

"मी मराठीत रिव्ह्यू लिहिलाय त्या प्रदर्शनावर—"

"त्यासाठीच आलेय! तुम्ही लिहिलंय : 'गोगँचा ठाशीव, सघन रांगडेपणा, व्हॅगॉगचा उत्कट झपाटलेपणा, रेब्रांच्या विरघळत्या रंगस्पर्शातून लोभावणारी आसक्ती यांचा अर्चना करंडे यांच्या चित्रांत मागमूसही नाही...''

"मग? त्यात काय चुकलं?"

"अहो, या बिचारीनं ती नावं ऐकलेलीसुद्धा नाहीत!"

"असं?" मी स्वत:ला सावरलं. "मला शंका आली होतीच! शेवटी काय लिहिलंय ते पाहिलंत ना? नव्हाळीचं भिरभिरेपण मागं पडल्यावर चित्रकर्तीला स्वत:ची वाट सापडेल."

तेवढ्यात फोन वाजला.

"हॅलो, मी ओझरकर बोलतोय."

"काय हो?"

"माझी न्यूड्स पाहिलीत ना?"

"हूं. काल आलो होतो ना."

"कशी काय वाटली?"

"असं पाहा ओझरकर, तुमची काही न्यूड्स व्हल्गर वाटतात, तशी ती वाटता कामा नयेत. ती धबधब्यापाशी उभी राहिलेली पाठमोरी न्यूड—तिचे नितंब अधिक धारदार हवेत. तुम्ही नितंबांची गोलाई दर्शविण्यासाठी फिकट हिरवा रंग दिलाय ना, त्यामुळे तसं झालं असावं."

"पिकासो म्हणायचा ना, 'माझ्याकडे निळा रंग नसला की मी तांबडा वापरतो—' तसं माझं झालं. लाल रंग नव्हता म्हणून हिरवा रंग वापरला."

"ठीक. तुम्ही कृष्णाजी आरा यांच्या न्यूड्सचा खोलवर अभ्यास करा."

"बरं, कोचावर पडलेली न्यूड कशी वाटली तुम्हाला?"

"ओझरकर, आता पाहां हं—ती कोचावर उताणी पडलीय ना, मग त्या अवस्थेत तिच्या उभार वक्षांची थोरवी तेवढी जाणवणार नाही. बसलेल्या वा उभ्या राहिलेल्या स्त्रीची वक्षस्थळं आक्रमक, उभारी असलेली दाखवली तर ठीक आहे."

सरोज मागं येऊन उभी राहिली होती. तिनं खांद्यावर टिचकी मारली.

मी फोन खाली ठेवून तिच्याकडे प्रश्नार्थक मुद्रेनं पाहिलं. "काय गं सरोज?"

"अहो, फोनवर केवढ्यांदा बोलताय?"

"म्हणजे काय?"

"मला सवय झालीय—पण नितंब, वक्षस्थळं याबद्दलची दिलखुलास चर्चा ऐकून माय-लेक पसार झाल्या! नाक-डोळ्यांसंबंधी बोलावं तसं तुम्ही—"

"हात्तीच्या, आमच्यासारख्यांना सर्व अवयव सारखेच!"

तेवढ्यात पोस्टमन आला. सगळी आमंत्रणं बाजूस ठेवली. जाडजूड दिसणारी पाकिटं पहिल्यांदा उघडून पाहिली.

'सनबीम'नं शंभर रुपयांचा चेक पाठवला होता. जीजीभॉयनं सिरॅमिक्सच्या लंबगोल थाळ्यांवर काढलेल्या दहा चित्रांवर चांगला साडेतीन कॉलम मजकूर — मोबदला फक्त शंभर! म्हणजे दहा रुपयांना एक चित्र पडलं! फारच स्वस्तात पडला सौदा! मागं आठ धातुशिल्पांचा रिव्ह्यू लिहिला होता, तर धाड्दिशी अडीचशे रुपये आले! एकूण, धातुशिल्पांपेक्षा सिरॅमिक्स स्वस्त, हेच खरं!

संध्याकाळी आर्ट स्कूलच्या विद्यार्थ्यांसमोर 'घनवाद आणि दादावाद' या विषयावर भाषण होतं. त्याची तयारी करीत असताना सरोज म्हणाली, "अहो, संध्याकाळी युगोस्लाव्ह बॅलेचा प्रोग्राम आहे बिर्ला मातुःश्रीमध्ये; जाणार आहात ना?"

"आज आहे तो प्रोग्राम? मग शक्यच नाही! आर्ट स्कूलमधला टॉक देऊन पंचाहत्तर रुपये खिशात टाकल्यावर 'नटराज'मध्ये डिनरला जायचं आहे. एका पंजाबी प्रोड्युसरनं बोलावलंय. सारा जन्म गेला त्याचा फॉर्म्युला फिल्म्स काढण्यात, आता म्हणे आर्ट फिल्म काढतोय! त्यासंबंधी मी एक लेख लिहावा, अशी त्याची इच्छा आहे!"

"सोपं आहे लेख लिहिणं!"

"सोपं आहे? सरोज, शुद्धीवर आहेस ना?"

"अहो महाशय, गोंधळ घालताना जसं जेजुरीच्या खंडोबाला न् पंढरीच्या विठोबाला पाचारण करतात तसं आयझेनस्टाईन, फ्रँक काप्रा, सत्यजित रे या मंडळींना बोलवायचं. नावं कमी पडली तर बासू चटर्जी, बासू भट्टाचार्य, श्याम बेनेगल आहेतच राखीव दलांपैकी!"

"सरोज— सरोज, यू आर ग्रेट!"

"अहो, इतकी वर्षं पवळ्या-ढवळ्यांच्या संगतीत आहे; वाण नाही, पण गुण येणारच!"

मी खुषीत येऊन सरोजच्या गालाचा मुका घेणार होतो, तेवढ्यात बेबी कॉलेजमधून आली.

"पप्पा—"

"बोल बेटा."

"पुढल्या आठवड्यात त्या कुठल्याशा फिल्म मॅगेझिनतर्फे अॅवॉर्ड फंक्शन आहे ना, त्या फंक्शनचे दोन पास आमच्या फ्रेंच प्रोफेसरनं मागितले आहेत."

"बेटा, तुझे फ्रेंच प्रोफेसर या वर्षी तुझे एक्झॅमिनर आहेत का?"

"असावेत बहुधा."

"मग त्यांना दोन पास दिलेच पाहिजेत!" मी डोळे मिचकावीत म्हणालो, "सरोज, पाह्यलीस माझी सर्वत्र कशी वट आहे ती!"

टेबलापाशी येऊन 'घनवाद आणि दादावाद' भाषणाचे मुद्दे काढले. मग जेवून पुन्हा वामकुक्षी.

बाहेर जाताना बेबीला बोलावलं, "आज युगोस्लाव्ह ट्रूपचा बॅले आहे बिर्ला मातु:श्रीमध्ये."

"असेना का! मी काय करू?"

"मला वेळ नाही. हे इन्व्हिटेशन घे आणि नंदूला घेऊन जाऊन ये बॅलेला!"

"पण पप्पा, मला कंटाळा येतो!"

"नो— नो! आर्ट क्रिटिकच्या मुलीनं सांस्कृतिक कार्यक्रमाचा कंटाळा करून नाही चालणार!"

"वा पप्पा, तुम्ही मला त्या बॅलेवर रिव्ह्यू लिहायला सांगाल!"

"सांगाल? अगं, त्यासाठीच तर तुला पाठवतोय!"

आर्ट स्कूलकडे टॅक्सी घेऊन गेलो. गेटपाशी एक प्रोफेसर उभे होते. टॅक्सीचं बिल त्यांनी दिलं, तेव्हा बरं वाटलं. नाही तर पंचाहत्तर रुपयांत प्रवासखर्च आम्हालाच करायला लागायचा! हॉलमध्ये शिरलो, तेव्हा तो तुंडुब भरलेला दिसला. मुलं खूप गडबड करीत होती. तशात प्राचार्यांनी 'एवढं बोलून मी खाली बसतो' म्हणण्याऐवजी 'टेलिफोन खाली ठेवतो' म्हटलं, तेव्हा मुलांनी हॉल डोक्यावर घेतला.

मी भाषण करायला उठलो. सुरुवात ठाम लयीत केली. वस्तुघनतेवर लक्ष केंद्रित करणारा घनवाद आणि पहिल्या महायुद्धातील संहारामुळे चिडून संस्कृतीविरुद्ध आग पाखडणारा दादावाद यांची तौलनिक मीमांसा दृक्प्रत्ययवाद व उत्तरदृक्प्रत्ययवाद यांच्या संदर्भात करू लागलो, तेव्हा मुलांची चुळबुळ चालू झाली. मग नेहमीची युक्ती केली. ब्राक, ग्रीस, फेनिंजर यांची नावं घेतली. मुलं थोडीबहुत शांत होऊ लागली. वक्ता अगदीच उथळ नसल्याची त्यांची खात्री पटली. पॉल नॅश, बेन शां आणि अभिव्यक्तिवादात मोडणारा रुआ यांचा उल्लेख केल्यानंतर सर्वत्र सामसूम झाली.

प्राध्यापकाचं रक्त अंगी बाणलं होतं. त्यामुळे पाऊण तास झाल्याशिवाय भाषणाचा ओघ थांबणं शक्यच नव्हतं. या कार्यक्रमातला महत्त्वाचा भाग माझ्या दृष्टीनं शेवटचा. पाऊणशे रुपयांच्या नोटा खिशात घातल्या, तेव्हा 'पोट हेच मानवतेचे आदिम दुखणे आहे', या पिकासोच्या म्हणण्याची सत्यता पटली.

'नटराज'मध्ये प्रोड्युसर वाट पाहत बसला होता. नायक-नायिका यांची गवतातली फुगडी, स्मगलिंग, मोटारीचा पाठलाग, कॅब्रे डान्स, उल्फत, मोहोब्बत,

उभरती हुई जवानी यांत रममाण होणारा तो पंजाबी फिल्मवाला आता कलात्मक चित्रपट काढण्याच्या कल्पनेनं झपाटलेला होता. चालला तर उत्तम, पडलं तरी खिशाला फारशी तोशिश नाही! लो बजेट फिल्म. नवे कलाकार. लोकेशन शूटिंग. सारा दहा-बारा लाखांचा मामला. स्कॉच घेता-घेता त्याचं सरमॉन कष्टानं जांभया दाबत ऐकून घेतलं.

डिनर झाल्यावर त्याच्या कारमधून निघालो. फ्लॅटपाशी गाडी पोचल्यावर त्यानं विचारलं, "माझ्यासाठी तुम्ही वेळ काढला पाहिजे."

"वेळ? कशासाठी?"

"माझ्या नव्या प्रोजेक्टसंबंधी इंग्रजी वर्तमानपत्रात फीचर आलं, तर ती मोठीच पब्लिसिटी होईल."

मनात म्हटलं, नुसत्या स्कॉच डिनरवर इंग्रजी पेपरमध्ये पब्लिसिटी? वा रे वा!

कारमधून उतरताना त्याला म्हटलं, "अवश्य! लीव्ह इट टू मी!"

"आणि हा माझा फोटो." त्यानं एक पाकीट हातात ठेवलं. "छोटीशी भेटही स्वीकारा."

जिना चढता-चढता पाकीट उघडून पाहिलं. फोटोच्या मागं शंभराच्या पाच नोटा. संध्याकाळ अगदीच फुकट गेली नव्हती तर!

सरोज वाचत बसली होती. मी विचारलं, "बेबी गेली होती ना बॅले कार्यक्रमाला?"

"गेली होती ना– पण कंटाळा आला म्हणून मध्येच उठून आली!"

"बाप रे! मग रिव्ह्यूचं काय?"

"घाबरू नका! तिनं 'मला उमगलेला बॅले डान्सचा कार्यक्रम' या विषयावर शाळकरी थाटाचा निबंध लिहिलाय! आत्ताच झोपली."

"गुड्! आण तो इकडे!"

मी निबंध ताब्यात घेतला. उद्या सकाळी तो वाचायचा. इझाडोरा डंकन, पावलोवा, रशियन बॅलेचं विश्लेषण त्यात मधून-मधून पेरायचं! शंभर रुपयांना महाग नाही!

बेडवर पडून अँटोनिना व्हॅलेंटिनचं 'लिआनार्दो द विंची' वाचू लागलो. दहा मिनिटं वाचन झालं असेल-नसेल, सरोज म्हणाली, "अहो आर्ट क्रिटिक, झोपा आता! कलेची खूप सेवा केलीत दिवसभर!"

दिवा मालवला आणि कूस बदलून मी डाराडूर झोपी गेलो!

◆◆◆

४. एका तापसी कवीची मुलाखत

विजय तलवार— एक अती नवकवी! स्वत:ला 'विद्रोही' म्हणवून घेणारा तापसी कवी! या कवीची पूर्वी कधी भेट झाली नव्हती; परंतु 'मात्र', 'किमान,' 'इश्श', 'बाय दे वे,' 'ह ळ क्ष ज्ञ' आदी अनियतकालिकांतून या कवीच्या कविता वाचल्या होत्या. त्यानं स्वत: संपादित केलेलं 'वळकटी' हे अनियतकालिक पाहण्यात आलं होतं. त्याच्या कविता वाचून मी थक्क झालो होतो. 'मूळव्याध' ही दीर्घ कविता वाचून मी शहारलो होतो. 'लघवी'वरील महाकाव्य वाचून मी सर्दावलो होतो. 'मला उमगलेली योनी' ही त्याची अनुभूतीशी इमान राखणारी कविता अतिशय गाजली होती. ती अश्लील नव्हती; 'बोल्ड' आणि 'फ्रँक' होती!

—असा हा महान तापसी कवी फूटपाथवर भेटला. 'टॉवर', 'प्लेबॉय', 'फॉर मेन्स ओन्ली' या विदेशी मासिकांचे अंक चाळण्यात तो मग्न होऊन गेला होता. मी 'रीडर्स डायजेस्ट' खरेदी करून निघणार तेवढ्यात त्यानं मला हटकलं.

"मला हे दोन अंक हवेत." तो म्हणाला.

"मग घ्या ना. मी गिऱ्हाईक आहे; दुकानदार नाही!" मी उत्तरलो.

"ते माहीत आहे! पिवळी लघवी कोणती न् पांढरी लघवी कोणती, ते मी ओळखू शकतो!" तो विमनस्कपणे म्हणाला.

मी चमकून विचारलं, "आपण तापसी कवी आहात काय?"

"होय."

"आपण विजय तलवार?"

"करेक्ट! मीच तो महान कवी!"

अत्यानंद होऊन मी ओरडलो, "ब्रेव्हो! मला तुम्हाला कधी तरी भेटायचं होतं. मला तुमची मुलाखत घ्यायची होती."

"जरूर घ्या, पण त्यापूर्वी मला हे डझनभर अंक घेऊन द्या. मग एक सिगार द्या. जाफरानी तंबाखूचं एक पान घेऊन द्या आणि वरखर्चासाठी पाच रुपये द्या. मुलाखत उद्या मिळेल."

मी त्याच्या सर्व इच्छा पुरवल्या आणि त्याचा पत्ता लिहून घेऊन त्याला निरोप दिला. तो एका तिसऱ्या दर्जाच्या हॉटेलात एका छोट्या खोलीत राहत होता. महमदअली रोडवर एका कोपऱ्यात ते हॉटेल होतं.

सकाळी मी कवीच्या खोलीवर गेलो. कवी विजय तलवार नुकतेच उठले होते. पारोशा चेहऱ्यानं चहा पीत होते. काल मी घेऊन दिलेल्या अंकांपैकी एक अंक वाचत होते. खोलीच्या भिंतीवर वहिदा रहेमान व गुरुदत्त यांचे फोटो होते. तनुजाची अनेक छायाचित्रं इतस्तत: विखुरलेली होती. याशिवाय स्त्री-पुरुषांची नग्न चित्रं होती. लाकडाच्या ढलप्यापासून स्त्रीदेहाचे अनेक अवयव तयार करून ते कोपऱ्यात जमिनीवर ठेवले होते. एकंदरीत, खोली 'फक्त प्रौढांसाठी' होती.

कवी विजय तलवार यांचे डोळे तांबारलेले होते. बोलताना डोळे वटारण्याची त्यांना सवय होती. नुसतं 'चहा घेणार?' विचारताना ते अशा प्रकारे डोळे वटारीत की 'नको बुवा!' असं उत्तर ऐकणाऱ्याच्या तोंडी धप्कन् यावं! ते घाईघाईने बोलतात आणि खूप बोलून झालं की, त्यांच्या जिवणीच्या दोन्ही कडांशी थुंकी साचू लागते. 'मी कवी, बाकी सगळे कवडे', 'कविता करणे हा माझा धंदा—मी न कुणाचा मिंधा', 'स्त्रियांचे रंध्र हाच नवा युगधर्म—रेतस्खलन हाच नवा युगधर्म' असं सारखं चालू असतं. त्यांच्यापासून योग्य अंतरावर बसलो नाही तर त्या जिवंत, उन्मुक्त न् धारदार शब्दांचे शिंतोडे सारखे आपल्या अंगावर उडत असतात.

तेवढी खबरदारी घेऊन मी त्यांची मुलाखत घेऊ लागलो :

मी : विजय तलवार, आपलं खरं नाव विजय तलवारच काय?

वि : नाही! माझं नाव गणपती. आडनाव तलवार नाही. आडनाव भडसावळे. पण प्रस्थापितांविरुद्ध मी तलवार घेऊन खडा असल्यानं आडनाव बदलणं भाग पडलं.

मी : मग नाव का बदललं?

वि : माझी तलवार विजयी होणार, सनातन्यांवर सपासप वार करणार; म्हणून विजय नाव घेणं हे ओघानंच आलं.

मी : आपला जन्म कुठं झाला?

एक तापसी कवीची मुलाखत / २९

वि : बाळंतिणीच्या खोलीत.

मो : कुठल्या गावी?

वि : बापाचं बीज आईच्या पोटी रुजल्यावर दोनशे ऐंशी दिवसांनी आई ज्या मुक्कामी असेल, तिथं. इथं बापाचा मुक्काम महत्त्वाचा नाही.

मी : तुमचं वय?

वि : कवीला वय नसतं. पृथ्वी निर्माण होऊन किती वर्षे झाली?

मी : झाली असतील तीन-चार कोटी वर्षं–

वि : तेच माझं वय! तुमच्यासारखे क्षुद्र लोक दिवस-रात्रीच्या कवड्या खुळखुळवीत बसतात. मी आकाशाला पालाण घालतो, सूर्य-चंद्रावर थुंकतो आणि दाही दिशांवर लघवी करतो. रात्रीच्या तोंडावर फुटलेली चांदण्यांची मुरमं मी नखानं कोरतो आणि क्षितिजाला टेकलेल्या ढगांचं पायपुसणं करून मी या महमदअल्ली रोडवरल्या हॉटेलात उतरतो!

मी : तुमचे वडील काय करतात?

वि : आमचा बाप? एका पुं-बीजापुरता त्याचा आणि माझा संबंध! रोज वेश्या परवडणार नाही म्हणून त्यानं आईला ठेवली आणि दहा वर्षांत पाच पोरांना जन्म दिला. त्यांची पोटं भरण्यासाठी व आपल्या सोईसाठी तो दोन हजार कवड्या महिन्याला घरी आणतो.

मी : दोन हजार रुपये? म्हणजे ते चांगल्या नोकरीवर आहेत तर!

वि : म्हणूनच मी त्यांचा संबंध तोडला! लूत भरण्याचं प्रमाण वाढलं की, कुत्र्यांचा पगारही वाढत राहतो; जिभेवरून कानस फिरवली की साहेबाचे कर छानपैकी चाटता येतात आणि कमरेवर पोलादी लंगोटी चढविली की, साहेबाच्या लाथा पुष्पवृष्टीसारख्या वाटायला लागतात!

मी : म्हणजे, तुम्ही वडिलांशी संबंध तोडून टाकलात?

वि : अनेक वर्षांपूर्वी. मी दहाव्या वर्षी सिगारेट ओढू लागलो आणि बाराव्या वर्षी हातभट्टीची घेतली, म्हणून बाप संतापला. त्याच्या वासनेचं मी फलित असलो तरी माझ्या वैयक्तिक आयुष्यावर त्याचा काय हक्क? बापाला सोकावू दिला, तर मी दिवसातून किती वेळा लघवी करावी यावर तो नियंत्रण घालायचा. वयाच्या अठराव्या वर्षी घरातून बाहेर पडलो. आजतागायत इथं आहे.

मी : आईनं तुम्हाला जाऊ दिलं?

वि : आई रडली, भेकली. मी तिला म्हटलं, मला जाऊ दे!
मी तुझ्या अश्रूंच्या चिंध्या करून कमरेभोवती गुंडाळीन,

तुझ्या आक्रोशाच्या चिरफाळ्या अंगाभोवती चिलखत म्हणून घालीन,
तुझ्या हुंदक्यांचा जिरेटोप मस्तकी धारण करीन!
दृष्ट लागू नये म्हणून
तू लावत होतीस काजळतीट.
ते फाशीन अंगभर
भस्मासारखं!
—असं तिला बजावून सांगितलं.

मी : पुस्तकी शिक्षण किती झालं तुमचं?

वि : पुस्तकी शिक्षण? (हसतात) मी काय वाळवी आहे पुस्तकं कुरतडत बसायला? मी काय झुरळ आहे पुस्तकांचा भुसा करायला? डोळे उघडे ठेवून चार भिंतींबाहेरचं भोवतालचं जग मी वाचून काढलं. झोपडपट्टीचा भूगोल शिकलो, मटक्याचं गणित शिकलो आणि हातभट्टीचं अर्थशास्त्र मुखोद्गत केलं. या शिक्षणात उत्तीर्ण व्हायला मला कॉपी करावी लागली नाही की परीक्षकाच्या पायावर पडून मार्क वाढवून घ्यावे लागले नाहीत! शंभरापैकी तीस गुण मिळाले की, कुठलाही गोमाजी तिमाजी कापसे परीक्षा पास होतो आणि झापडं लावून घाण्याभोवती फिरताना जग जिंकण्याची स्वप्नं पाहतो. माझं सोनं शंभर नंबरी आहे! समाजरूपी मोरारजीची गोल्ड कंट्रोल ऑर्डर मला गैरलागू आहे!

मी : तुमची पहिली कविता कोणती? कुठं प्रसिद्ध झाली?

वि : 'केशवपन करणाऱ्या न्हाव्यास' ही माझी पहिली कविता मी वयाच्या पंधराव्या वर्षी लिहिली. 'तरुण विधवांचं केशवपन करून त्यांचे शाप घेतोस, त्यापेक्षा एखाद्या तरुण विधवेशी लग्न करून तिचा उद्धार का नाही करीत?' असा खडा सवाल मी केला होता. यातले क्रांतिकारी विचार पाहून आमच्या घरच्या सर्वांना धक्काच बसला. माझी विधवा आजी तर माझ्यासाठी सोळा सोमवार करू लागली. परिणाम एवढाच झाला की, माझं बंडखोर मन फणा काढून उठलं. माझ्या रक्ताला उकळी फुटली. प्रस्थापितांविरुद्ध रणांगणात मी उभा राहिलो.

मी : प्रस्थापितांविरुद्ध रणांगणात उभं ठाकणं, म्हणजे नेमकं काय?

वि : प्रथम मला गोड-गोड कविता लिहिणाऱ्या 'अगं बाई' कवींना धक्का द्यायचा होता. चेहऱ्यावरची माशी ज्याला हाकलता येत नाही, असा कवी 'हृदयेश्वरीस' असा टाहो फोडायचा! स्वत:च्या बायकोकडे वर मान करून पाहायला दिवसा ज्याला लाज वाटायची, असा कवी 'दिवसरात्र तुझी चुंबनं घ्यावीत,

धुंद मिठीत विरून जावं'— असं आपल्या खोट्यानाट्या प्रेयसीला उद्देशून हंबरायचा! या मूर्ख, अप्रामाणिक, अनुभूतीशी व्यभिचार करणाऱ्या कवींना मला धडा शिकवायचा होता!

परस्त्रीच्या हनुवटीला हात लावणाऱ्यांनो, प्रथम हात धुऊन या!
प्रेयसीला मिठी मारण्यापूर्वी
धोतराचा कासोटा नीट सांभाळा!

—असं मी लिहिताच ते हळवे कवी एकदम चवताळले!

मी : त्या 'अगं बाई' कवींविरुद्ध तुमचा एवढाच आक्षेप होता? त्यांच्या अभिव्यक्तीच्या पद्धतीविषयी तुम्ही काही लिहिलं की नाही?

वि : लिहिलं तर! र ला ट आणि प ला फ करणाऱ्या कवींना 'यमकामागे शेपूट हलवीत धावणाऱ्या कुत्र्यांनो, नवा कवी तुला यमसदनाला पाठवील!' अशी मी धमकी दिली. 'हे पादाकुलकांनो, तुमचा कुलक्षय होईल! हे मंदाक्रांतांनो, तुमची बुद्धी मंद होईल!' असे मी त्यांना अनेक शाप दिले. कवी उघडा-नागडा असला पाहिजे. त्याला नियमांच्या कपड्यात गुंडाळून का म्हणून ठेवायचं?

मी : दुसऱ्या कवींवर चुळा फेकायचं तुम्ही केव्हा बंद केलंत? आणि त्यानंतर कोणत्या प्रकारच्या कविता तुम्ही लिहिल्या?

वि : प्रारंभीची एक-दोन वर्षं मी मूर्तिभंजनात घालवली. दुसऱ्यांचे पुतळे फोडल्याखेरीज आपले नवे पुतळे उभारायला जागा कशी राहील? पहिलं वर्ष मी 'अगं बाई' कवींचा फडशा पाडण्यात घालवलं, तर दुसऱ्या वर्षी मी पिंपात मेलेले ओले उंदीर प्लेगचा प्रादुर्भाव होऊ नये म्हणून जाळून टाकले! अशा रीतीने मराठी काव्याच्या प्रांतात वाढलेलं तण व बांडगुळं बाजूला काढून फेकून दिल्यावर मला रान मोकळं झालं. त्यानंतर माझ्या कवितेला बहर आला!

मी : जुन्या कवींच्या मागं लागून आपली शक्ती व्यर्थ दवडण्यापेक्षा प्रारंभापासून आपल्या स्वतंत्र प्रतिभेचा आविष्कार तुम्ही का केला नाहीत?

(यावर कवी विजय तलवार कोपऱ्यातल्या मडक्यातून पाण्यासारखा द्रवपदार्थ पेल्यात ओततात. "हे माझं खास रसायन—तुमच्यासाठी चहा मागवतो." असं सांगून सावकाशपणे त्या रसायनाचे घुटके घेतात. आंबूस वास खोलीत दरवळतो. मला चहा सांगायचं राहूनच जातं.)

वि : आपण मागच्या पिढीच्या खांद्यावर उभे असतो, हा बकवास तद्दन झूट आहे! ज्यांच्या खांद्यावर उभं राहायचं त्यांचे खांदे ताठ पाहिजेत, वजन

पेलणारे पाहिजेत! पोखरलेल्या खांद्यांचे, कुबड काढणारे आमचे जुने साहित्यिक! त्यांच्या खांद्यावर उभं राहायची बातच सोडा; त्यांच्या खांद्याला खांदा लावून उभं राहायलाही आम्हाला शरम वाटते! तर, एखाद्या आडगावकराला आडगावी पाठवल्याशिवाय वा वानराला आपटल्याशिवाय आम्हा विद्रोही कवींना तरणोपाय नाही!

मी : खऱ्या अर्थानं तुमची पहिली अस्सल कविता कोणती?

वि : 'आम्ही कोण!' ही माझी पहिली अस्सल कविता. या कवितेत स्वत:वर भोवतालच्या लूत भरल्या समाजावर आणि अणुबाँबशी मैथुन करणाऱ्या जगावर मी थुंकलो आहे! कवितेच्या पहिल्या ओळी अशा :

ओशट गर्भाशयात आमचा जन्म
आईबापांच्या लाळघोट्या पतनक्षणी
संतनिनियमनाच्या साधनाला भोक पडले म्हणून—

मी : तुमच्या काव्यलेखनाला एकदम निराळं वळण मिळालेलं दिसतंय!

वि : निराळं? अहो, असं वळण मराठी कवितेला कधी मिळालंच नव्हतं! 'आई म्हणोनी कोणी । आईस हाका मारी' ही भाबडी, खोटी कविता कुणीकडे आणि माझा अस्सल, दाहक, आसमंत भाजणारा अनुभव कुणीकडे! अहो, हिंदी सिनेमातल्या नट्या 'माँ' म्हणून किंचाळतात आणि ग्लिसरीनमिश्रित अश्रू ढाळत बसतात; याच नट्या बाहेर आईवर कोर्टात खटले भरतात! या नट्यांचा आक्रोश जसा खोटा, तसाच आमच्या कवीचा आक्रोशही तकलुपी!

पैसे मिळवून मी गिळायला घालावं
म्हणून बापानं मला वाढवलं

श्राद्धाला मी चार ब्राह्मण वाढावेत
म्हणून आईनं मला वाढलं!

—यात जो मोकळेपणा आहे, तो 'आई थोर तुझे उपकार' या कंठाळी, शब्दबंबाळ कवितेत आहे काय?

मी : यानंतरच्या तुमच्या कोणत्या कविता गाजल्या?

वि : 'मुतारीतले शिलालेख' ही एक माझी अमर कविता. 'मैथुन' या अनियतकालिकात ती छापून आली आणि कुणा वाचाळ विद्वानानं, बद्धकोष्ठ झालेल्या एका टीकाकारानं, मूळव्याध उपटलेल्या एका समीक्षकानं ती 'अश्लील' ठरवली! एका सवंग मासिकात त्यानं माझ्या कवितेवर टीका केली. मी त्याचा पत्ता काढला, त्याला भेटलो आणि दोनच प्रश्न विचारले—बस्स, दोनच प्रश्न!

मी : कोणते प्रश्न?

वि : 'तुमची प्रकृती खराब का? फार वेळा हस्तमैथुन करता वाटतं?' बस्स! त्यानंतर तो अद्यापि माझ्या वाटेस गेलेला नाही! 'मूळव्याध' ही कविता मी त्याच्यावर लिहिली. ती कविता मी त्यालाच अर्पण केली आहे. यातल्या काही ओळी वाचून दाखवू काय?

मी : (घाबरून) नको! मी वाचलीय ती कविता! आपण पोट भरण्यासाठी कोणता व्यवसाय करता? कविता लिहून या चार कोटी लोकांच्या महाराष्ट्रात विडीकाडीला पैसा मिळणं मुश्कील!

वि : कवितेचा बाजार करायला माझ्या कविता दीडदमडीच्या थोड्याच आहेत! पृथ्वीमोलाचं धन विडीकाडीवर न् नवसागरावर उधळून द्यायला मी ढमढमपूरचा दिवाळखोर संस्थानिक नाही! कडाडणारी वीज मी अंगठीच्या खड्यात बंदिस्त करतो आणि दिवस-रात्रीचे काटे करून माझ्या मनगटावरल्या घड्याळात खोवून देतो! दाही दिशांचे रंगीबेरंगी रुमाल मी जेव्हा फडफडवतो, तेव्हाच रजनीदेवीशी संभोग करून दमलेला सूर्य घराबाहेर पडतो!

मी एक अगस्ती
माझ्या लघवीतून
सात समुद्र निर्माण होतात—
मला मधुमेह झाल्याशिवाय
गोड्या पाण्याचे तलाव भरत नाहीत!

—या माझ्या कवितेत स्वसामर्थ्याचा केवढा प्रचंड साक्षात्कार आहे! (थांबून) तुमच्याकडे दहा पैसे असले तर द्या—मला सिगारेट ओढायची आहे!

मी : त्यापेक्षा ही सिगारेटच घ्या!

वि : कुणाकडून काही फुकट घ्यायचं नाही, हा वास्तविक माझा बाणा आहे. पण माझा तास-दीड तास अमूल्य वेळ तुम्ही घेत आहात. एवढ्या वेळात पृथ्वीला सात वेळा पालाण घालून मी आलो असतो! या वेळेचा मोबदला म्हणून ती कालची मासिकं, ही तुमची सिगारेट व तुम्ही जाताना मी मागून घेणार आहे ती दहाची नोट!

मी : मग तुमचा रोजचा खर्च कसा चालतो?

वि : आहे एका श्रीमंताघरची मूर्ख मुलगी माझ्या भणंगपणावर आणि नाकर्तेपणावर फिदा झालेली! माझ्या उत्तुंग कल्पनाशक्तीच्या जाळ्यात माशी होऊन अडकून बसते आणि मी कोळी होऊन तिला हळूहळू गिळत असतो. बापाकडून खर्चासाठी पैसे घेते आणि माझा खर्च चालवते. तिनं साडीसाठी घेतलेल्या पैशातून मी अंडरवेअर्स घेतो आणि तिच्या लिपस्टिकच्या पैशाची

हातभट्टी तीच मला पाजते. माझ्या वेदनेची जखम मी अश्वत्थाम्याप्रमाणं माथ्यावर वागवतो आणि ती द्रौपदी होऊन त्यात तेल ओतते!

मी : त्या द्रौपदीशी लग्न करणार आहात काय?

वि : लग्न? (हसतात) आम्ही दोघंही एकमेकांना 'ठेवणार' आहोत! प्रस्थापितांविरुद्ध बंड करणारा मी सव्वा रुपयाची दक्षिणा धुवट भटजीच्या टकलावर मारून 'नातिचरामि'ची बेडी का म्हणून अडकवून घेऊ पायांत? ती श्रीमंत आहे, बापाची एकुलती एक मुलगी आहे. तिच्या मालकीच्या नोटा मी सिगारेटभोवती गुंडाळणार आहे. त्यांचा धूर तिच्याच तोंडावर सोडणार आहे! तिची संपत्ती संपली की तिला तिचा मार्ग मोकळा, मला माझा मार्ग मोकळा! आता थोड्या वेळानं ती येईलच. त्यापूर्वी तुम्ही इथून तोंड काळं केलेलं बरं!

मी : मी निघालोच. त्यापूर्वी एक-दोन शेवटचे प्रश्न. तुमच्या 'वळकटी' या अनियतकालिकाबद्दल काही सांगाल काय?

वि : जरूर. परंपरेचा जाच सहन न झाल्यानं मला ते काढावं लागलं. नाव 'वळकटी.' कथांना नाव दिलं 'उशा', समीक्षणांना 'चादरी', कवितांना 'स्वप्नावस्था'. 'गाद्या', 'पांघरुणं,' 'उशीचे अभ्रे' ही आणखी काही सदरांची नावं. पहिला अंक 'वेश्या विशेषांक'—वसंतसेनेला अर्पण केलेला. फोरास रोडवरल्या चार वेश्यांच्या हस्ते उद्घाटन केलं अंकाचं. एकीला दिला 'कोबी', दुसरीला 'नवलकोल', तिसरीला 'फ्लॉवर' आणि चौथीला 'मटाराच्या शेंगा'. कार्यक्रमाला चिक्कार गर्दी. अंक धमाल खपला.

रात्री तीन वाजता
कंबरेची लूत खाजवीत
ती मला म्हणाली,
सात वाजल्यापासून
दहा गिऱ्हाईकं झाली
तुम्ही अकरावे—

ही माझी कविता म्हणजे वेश्येच्या थिजलेल्या जीवनाचा जीवघेणा उद्गारच! 'वळकटी'चा आजपर्यंत एकच अंक निघाला. दुसरा 'मैथुन विशेषांक' लवकरच निघणार आहे. तुम्हाला 'वळकटी'ची दहा रुपये वर्गणी भरावी लागेल. तुमच्यासारख्या 'मूर्ख', नतद्रष्ट, करंट्या' लोकांनी तापसी कवींना जगवलं पाहिजे. ते तुमचं नैतिक कर्तव्य आहे!

मी : शेवटचा प्रश्न— तुम्हा कवींचं मराठी साहित्यात स्थान काय?

वि : विठ्ठलराव कुळकर्णींच्या ज्ञानेश्वरापासून नाडकर्णींच्या ज्ञानेश्वरापर्यंत मराठी

सारस्वताचे तथाकथित मानकरी कधीच स्थानभ्रष्ट झाले आहेत! त्यांची जागा आम्ही घेतली आहे! हे सर्व लेखक थाळी फिरवून लोकप्रियतेची दयेची भीक मागणारे! आमच्यापुढं ही मंडळी म्हणजे हिमालयापुढं आईसफ्रूट, ताजमहालापुढं संडासात घातलेल्या टाइल्स, नागापुढं गांडूळ! आजचं न् उद्याचं जग आमचं आहे. त्या बळींना पाताळात लोटून माझ्यासारखे अनेक वामन खडे आहेत! या वामनांवर पैसे उधळणं, मानमरातबी उधळणं हे तुमच्यासारख्या क्षुद्र, कूपमंडूक सामान्य लोकांचं काम आहे!

◆ ◆ ◆

५. एका महान लेखिकेची गोष्ट

रविवारी सकाळी वर्तमानपत्रं वाचत पडलो होतो. तेवढ्यात फोनची घंटा वाजली.

"हलू—" लूच्या पुढं दहा-बारा विसर्ग होते... म्हणजे नाना शेवडेच!

"काय रे नाना, सकाळच्या पारी?"

"तू अपर्णा शेंबवणेकर हे नाव ऐकलंयस ना?"

"नाही बुवा!" मी म्हटलं.

"काय रे, कसला तू लेखक! अलीकडे तुझं वाचन कमी झालं बघ—"

"कबूल. मग पुढं? ही कोण बया?"

"बया नव्हे— मामी आहे ती माझी!" बापरे! तरी भलतंसलतं काही बोललो नव्हतो आणखी!

"अच्छा? ठीक आहे. मग काय म्हणतात तुझ्या मामी?"

"थोर लेखिका आहे ती!"

"असं? पण मला कसं माहीत नाही?"

"तुम्ही आजचे लेखक मराठी साहित्य वाचता कुठं? इंग्रजी पुस्तकं वाचायची आणि काही तरी खरडायचं! पण अपर्णा शेंबवणेकरांचं साहित्य या मातीतून उगवलंय. त्यांनी लिहिलेल्या बालगीतांना, कवितांना, कथांना, इतकंच नव्हे तर विनोदी चुटक्यांनासुद्धा इथल्या मातीचा वास आहे!"

मी आवंढा गिळला न् विचारलं, "बरं बुवा, मान्य! पण हे सांगण्यासाठी सकाळीच फोन का म्हणून?"

"माझे मामा अकोल्याला डिस्ट्रिक्ट जज्ज होते. त्यांची बदली साताऱ्याला झालीय. मामी आणि मुलांना घेऊन ते दोन दिवस आमच्या घरी मुक्कामाला आहेत. तू त्यांना भेटावंस, अशी त्यांची इच्छा आहे—"

"मग घेऊन ये तुझ्या मामींना माझ्याकडे."

"त्या खूप बिझी आहेत, पुस्तकाच्या प्रकाशनासंबंधी; तर तूच का नाही येत इकडे?"

त्या बिझी आणि मी काय दोरीच्या उड्या मारत होतो काय? पण नाना शेवडेच्या मैत्रीला जागून डोंगर आणि महंमद यापैकी कुणी कुणाकडे जावं, हा प्रश्न मी सोडवला.

कपडे करून मी नानाकडे गेलो. इस्त्रीचा लेंगा आणि स्टार्च केलेला नेहरूशर्ट हा नानाचा वेष पाहून मी दचकलोच! एरवी नानाचा घरात घालायचा वेष म्हणजे सी-थ्रू गंजीफ्रॉक आणि केवळ लोकाग्रहास्तव घातलेला लेंगा.

"मामी जरा कामात आहेत, येतीलच पाच मिनिटांत—" तो अदबीनं म्हणाला. ही अदब माझ्यासाठी नसून मामीसाठी होती, हे मी चाणाक्षपणे ओळखलं.

पंधरा मिनिटे गेली, टी. व्ही.वरची 'साप्ताहिकी' संपवून अनाउन्सर बाईनं सुटकेचा निःश्वास सोडला, तरी पण थोर लेखिकेचा पत्ता नाही! शेवटी माझी चुळबूळ पाहून नाना दारापाशी गेला आणि 'स्वयंवर'मधल्या रुक्मिणीपेक्षा नाजूक स्वरात म्हणाला, "मामी, ते आले ना!"

"पाच मिनिटं बसा म्हणावं!" मांजरपाटाचा तागा फाटल्यासारखा आवाज.

"येताहेत!" खरं म्हणजे, नानानं हे सांगायची गरज नव्हती!

आणखी पंधरा मिनिटं गेल्यावर एक प्रचंड वस्तू आतून डुलत-डुलत आली.

"माझ्या मामी—" नानानं त्या वस्तूशी माझी ओळख करून दिली. "ह्यांच्याबद्दल मी तुला सांगितलंच आहे."

"अय्या, तुम्हीच का ते—"

"होय, मीच तो!" मी अपराधी भावनेनं उत्तरलो.

"तुमच्या कादंबऱ्या, विनोदी कथा वाचून वाटलं होतं की तुम्ही अगदी—" अपर्णा शेंबवणेकरांनी वाक्य मध्येच तोडलं.

"तसा पूर्वी बरा दिसायचा, आता वय झालंय ना त्याचं." नानानं मित्र-कर्तव्य केलं.

"काल सकाळी आले इथं, पण क्षणाची उसंत नाही!"

"कामात होता वाटतं?"

"तर हो! उदयोन्मुख लेखकांना मार्गदर्शन! या नानानं मी येणार म्हणून सगळीकडे जाहिरात केली! तरी मी याला बजावलं होतं बरं का! तर, त्याच्या ऑफिसमधल्या क्लार्कनं कथा लिहिल्यायत— कथांचं बाड घेऊन आला काल! ऑफिसमधल्या एका शिपायानं अभंग लिहिलेयत. शंभर-सव्वाशे अभंग! वाचून त्याला मार्गदर्शन करून स्वस्थ बसते, तोच ह्यांच्या एका ओळखीच्या मॅजिस्ट्रेटच्या बायकोनं कादंबरी वाचायला दिली. आताच तिला मार्गदर्शन करून आले."

"तुझं कर्तव्यच आहे ते मामी!" नाना भक्तिभावानं बोलला. "त्याचं काय आहे, साहित्यातलं असं एकही क्षेत्र नाही की ज्यात आमच्या मामीनं, मामीनं—"

"नाक—" मी पुटपुटलो.

"संचार—" मामीनं आणखी एक तागा टरकावला.

"हो, संचार!" मामीचा पर्याय स्वीकारीत नाना म्हणाला, "सर्व क्षेत्रांत तिनं संचार केलाय."

"नाना, आतली फाइल घेऊन ये बरं."

मालकानं चेंडू दूर फेकल्यावर कुत्रा धावत जाऊन तो तोंडातून घेऊन येतो तशा थाटात नाना आत जाऊन एक लांब-रुंद फाइल घेऊन आला. नवरा जज्ज; त्यामुळे फाइल सरकारी, खाकी रंगाची होती. ती फाइल नानाच्या हातून जवळजवळ हिसकावून घेत अर्पणाबाई शेंबवणेकर म्हणाल्या, "मी माझ्या लेखनाला फार उशिरा सुरुवात केली—"

"हो ना! परवा-परवापर्यंत मामी तुझ्या-माझ्यासारखी होती!" नाना कौतुकानं सांगू लागला.

"तुझ्या-माझ्यासारखी म्हणजे?" मी विचारलं.

"म्हणजे सामान्य माणसासारखी! पण काय झालं कोण जाणे, एकाएकी तिला प्रतिभेचा कंठ फुटला."

"कंठ नाही रे बाबा, तो कोकिळेला फुटतो! पंख— प्रतिभेचे पंख!"

"तेच ते! चाळिशी उलटली आणि—"

"पस्तिशी! उगाच वय वाढवून सांगू नकोस!"

"तर, पस्तिशी उलटली आणि मामीला एकाएकी साक्षात्कार झाला! स्वतः मामीनंच म्हटलंय एका आत्मचरित्रपर लेखात : आपल्या नाभीत कस्तुरी आहे, हे हत्तिणीला कुठं माहीत असतं?"

"नाना, हत्तीण नव्हे रे— कस्तुरीमृग!"

"तेच ते!"

नानाला आवरीत मी विचारलं, "तुमच्या लेखनाला कशी सुरुवात झाली?"

"त्याचं काय झालं—किनई—" आपली मान जेवढी वेळवता येईल तेवढी वेळावीत अपर्णाबाई सांगू लागल्या, "अखिल भारतीय टूथपेस्ट्स असोसिएशननं स्पर्धा लावली होती. वीस टूथपेस्टची वरची पॅकिंग्ज आणि चार ओळींची एक कविता. मी स्पर्धेत भाग घ्यायचा ठरवलं. चारचौघींप्रमाणं चूल आणि मूल यात जन्म घालवायचा नाही, असं ठामपणे मनाला बजावलं. मग चार ओळींची कविता केली—"

"वाच गं मामी ती कविता."

अपर्णाबाईंनी फाइल उघडली. "ऐका :

'हास्य पाहुनि कोलगेटचे
मदिय बिनाका हळूच हसली,
तुझ्या लाडक्या फोरहॅन्सवर,
आणिक माझी सिग्नल फुलली!'

—कशी आहे कविता?"

"छानच आहे!" मी म्हटलं. "बक्षीस मिळालं?"

"हो तर! उत्तेजनार्थ बक्षीस-कवितेत ज्या चार टूथपेस्टची नावं आहेत, त्यांची लार्ज साइज एकेक पॅकेट—" नानानं माहिती पुरवली.

"लार्ज नव्हे रे, जायंट साइज. या यशानं मी उत्तेजित झाले—मग मी मागं वळून पाहिलं नाही. झपाट्यानं लिहीत सुटले. 'अय्या! मुलीला तेरावं वर्ष लागलं?' या मालेत मी तेरा लेख लिहिले, 'जाऊबाई' मासिकात. त्यानंतर 'सासर' मासिकात सौंदर्यशास्त्रावर तीन लेख लिहिले."

"सौंदर्यशास्त्रावर? पाटणकरांच्या की लवंद्यांच्या?" मी आदरानं विचारलं.

"इश्श! हे कोण बाई पाटणकर आणि लवंदे? मला पाटणवाला ठाऊक आहेत— 'अफगाण स्नो'वाले. सौंदर्यशास्त्रावरला पहिला लेख म्हणजे 'तोंडावरच्या पुटकुळ्या कशा घालवाव्यात?' थांबा हं! तुम्हाला कात्रण काढून देते." फाईल उघडून त्या कात्रणं शोधू लागल्या.

"असू द्या हो. माझ्या चेहऱ्यावरल्या पुटकुळ्या जाऊन वीसेक वर्षं झाली, आता कशाला मला तो लेख?"

"त्यासाठी नाही, पण त्या लेखाची शैली तर पाहा. तो लेख वाचून मराठी घेऊन बी. ए. करणाऱ्या माझ्या एका मैत्रिणीनं सांगितलं की, माझ्या शैलीवर लक्ष्मीबाई टिळकांच्या शैलीचा चांगलाच प्रभाव आहे! तारुण्यात प्रवेश करताना चेहऱ्यावर पुटकुळ्या आल्या म्हणजे मुली किती भावविवश होतात याचं मी इतकं हृदयद्रावक वर्णन केलंय की, ते वाचून मराठी घेऊन बी. ए. करणाऱ्या या

मैत्रिणीच्या डोळ्यांतून टचूकन पाणी आलं!''

तेवढ्यात वर्तुळाकार पोटावरून पुन: पुन्हा घसरणारी पँट सावरीत एक सद्‌गृहस्थ आत प्रवेश करते झाले.

''वा वा! लेखकमंडळींची मैफल चांगलीच रंगात आलेली दिसतेय!'' ते म्हणाले, ''आमच्यासारख्या सामान्य माणसांना तुमची भाषा कशी कळणार म्हणा!''

मी प्रश्नार्थक मुद्रेनं त्यांच्याकडे पाहिलं.

''मी लेखक— लेखिकेचा नवरा या अर्थानं! डॉक्टराची बायको डॉक्टरीण, वकिलाची बायको वकिलीण; तर मग लेखिकेचा नवरा लेखक का नाही? हो: हो: हो!'' हास्याचा गडगडाट करीत सद्‌गृहस्थ म्हणाले.

ते ऐकून नाना हसून-हसून बेजार झाला.

''आमचे मामा म्हणजे फारच विनोदी!'' म्हणत पुन्हा हसू लागला. जमिनीवर गादीबिदी असती, तर गडगडा लोळायलाही त्यानं कमी केलं नसतं!

''अहो, मला वेळ मिळत नाही कोर्टाच्या कामामुळे. लिहायला बसलो असतो, तर तुमचे ते चिं. वि. जोशी काय न् पु. ल. देशपांडे काय, कधीच मागे पडले असते!'' जज्जसाहेब उद्‌गारले. ''तुमचे ते चिं. वि. जोशी अलीकडे लिहीत नाहीत— का बरं?''

''कारण साधं आहे!''

''कोणतं बुवा?''

''ते जाऊन बारा वर्षं झाली!''

''गेले का ते? तरीच बरं का! अहो, आम्हाला वेळ मिळतो कुठं कोर्टाच्या कामात? हे डिपार्टमेंट आमच्या सौभाग्यवतीकडे!'' मग जज्जसाहेब बायकोकडे कौतुकमिश्रित प्रेमानं पाहत म्हणाले, ''काय कशी काय लिहिते आमची अपर्णा? झकास ना?''

''मी अजून काही वाचलेलं नाही त्यांचं!'' कोर्टात कबुलीजबाब देतात त्या थाटात मी सांगितलं.

''अपर्णाचं वाचलं नाही म्हणजे तुम्ही काहीच वाचलं नाही! जिनियस आहे बाई! आय मस्ट ॲडमिट्! आजच्या मराठी लेखिकांत तरी तिच्याइतकी अष्टपैलू लेखिका कुणी असेल, असं मला वाटत नाही!''

''बाकीच्या लेखिकांचं साहित्य वाचलंय तुम्ही?'' मी विचारलं.

''छे: हो, कोर्टाच्या कामात वेळ मिळतो कुठं?''

''हो ना! पण माझ्या कवितेचे न् लेखाचे पहिले वाचक हेच बरं का! अगदी खुनाचा खटला कोर्टात चालू असो—हे वेळात वेळ काढून माझी कविता, कथा

ऐकतील!''

"आमची मामी पहिलं पुस्तक मामांना अर्पण करणार आहे!'' नाना भक्तिभावानं म्हणाला.

"अर्थात्च! अर्पणपत्रिका कशी असणार; ठाऊक आहे?''

"कशी बुवा?'' जज्जसाहेब उत्सुकतेनं विचारू लागले.

"–आणखी कुणाला? तुम्हालाच!' असं लिहिणार आहे मी!'' अपर्णाबाई नेहमीचा तीव्र स्वर वर्ज्य करीत कोमल सुरात म्हणाल्या.

"अपू—अपू—हा नान्या आणि हे लेखक इथं नसते ना, तर इथंच—'' खून, बलात्कारांसारख्या केसीस हाताळणारे जज्जसाहेब असलं बोलू शकतात, हे मी प्रथमच पाहत होतो!

"इश्श, हे हो काय? तुम्ही म्हणजे अगदी अगदी हे आहात!''

अपर्णाबाईंचा लाजण्याचा आविर्भाव पाहावा लागू नये, म्हणून मी फायलीत तोंड खुपसलं.

"हे लेखक माझ्यावर गोष्ट लिहितील, बरं का!''

—वरून हे! आणीबाणीच्या काळात उत्तर प्रदेशात जो दिसेल त्याला पकडून त्यांच्यावर कुटुंबनियोजन शस्त्रक्रिया केली जात असे म्हणे— समस्त लेखकमंडळी जो दिसेल त्याला धरून त्याच्यावर गोष्ट लिहितात, अशी या जज्जसाहेबांची समजूत असावी! बरं, मामांचा हा निरुपद्रवी शेरा ऐकून खो-खो हसायची नानाला काही गरज होती का? लाँड्रीवाल्यानं शर्टाची बटणं फोडून टाकली म्हणून खाड्कन् बुटाची लाथ मारून त्याची काचेची शो-केस फोडून टाकणारा वीरपुरुष नाना मामा-मामींपुढं गरीब गाय झाला होता! माणसाचं कशामुळे काय काय होतं, हे सांगता यायचं नाही या जगात!

"तर बरं का लेखक महाशय, आमच्या अकोल्याला एकदा ग. दि. माडखोलकर आले होते-''

"माडगूळकर हो!'' अपर्णाबाईंनी चुकीची दुरुस्ती केली.

"कोर्टाच्या कामात त्यांना वेळ कुठं आहे माडखोलकर की माडगूळकर याची शहानिशा करायला!'' मी म्हटलं.

"करेक्ट! तर अपूनं एक छान कविता म्हणून दाखवली त्यांना! म्हण गं!''

अपर्णाबाईंनी फाईल उघडली आणि घसा साफ करीत पॉपलीनचा तागा फाडला—

"या इथे अलीकडे इकडे
आमुच्या तानूचे झोपडे!''

"ही तानू कोण?" आपल्यालाही काव्यात रस आहे, हे नानानं सिद्ध केलं!

"तानू म्हणजे आमची मोलकरीण. तानूबाई चाळीसगावला आमच्याकडे पाच वर्षं होती. तिला काव्यात अमर करायचं मी ठरवलं. चाळीसगावहून निघालो तेव्हा बक्षिसी मागायला लागली— सेवानिवृत्त झालेले सरकारी नोकर ग्रॅच्युइटी मागतात तशी! मी म्हटलं, अगं, बक्षिसी काय मागतेस? तुझ्यावर कविताच लिहिते झकासशी!"

"पुढच्या ओळी वाचा—" लूपलाइनला जाणारी गाडी पुन्हा मेन लाइनकडे आणण्यासाठी मी म्हटलं.

"पुढच्या ओळी ना?

गवत उंच दाट दाट

वळत जाई पायवाट

वळणावर चिंचेचे झाड एक वाकडे

आमच्या तानूचे झोपडे!

— कशा छान ओळी आहेत ना?"

"पण या तर माडगूळकरांच्याच गाण्यातल्या ओळी आहेत!"

"करेक्ट! मी ध्रुपद तेवढं बदललं आहे आणि पुढल्या कडव्यात आवश्यक तिथंच बदल केले आहेत! आंब्याच्या झाडाच्या जागी मी चिंचेचे झाड लावले आहे!" अपर्णाबाई उद्गारल्या.

"पण बदल किती चपखल आहेत; नाही?"

जज्जसाहेबांना नकारार्थी उत्तर अभिप्रेत नव्हतेच.

"दुसरी एखादी कविता वाचा—" मी चातुर्यानं म्हटलं.

"अपू, ती तुझी प्राचीवरली कविता वाच ना—"

"बरं, वाचते!"

"लेखकमहाशय, ऐका बरं का! हसून-हसून तुमची मुरकुंडी वळेल!" जज्जसाहेब नुसत्या कल्पनेनंच हसू लागले.

मुरकुंडी फार वळू नये, म्हणून स्वतःवर पुरेसा ताबा ठेवून मी कविता ऐकण्याची तयारी केली.

अपर्णाबाईंनी फाइल उघडली.

"चाल आहे, 'मोत्या शीक रे अ आ ई' ही. प्राची शिकते ए. बी. सी—"

"अच्छा—म्हणजे प्राची म्हणजे मुलीचं नाव होय?"

"मग तुम्हाला काय वाटलं, प्राची म्हणजे दुपार म्हणून?" जज्जसाहेब प्राचीचा चुकीचा अर्थ मोठ्या आत्मविश्वासानं सांगत होते. कोर्टाच्या कामात शब्दकोश

चाळायला त्यांना वेळ मिळाला नसावा!

अपर्णाबाई सरसावून बसल्या.

“प्राची शिकते ए. बी. सी. । गंमत झाली खाशी ।
भाऊ तिचा एम. बी. बी. एस्.
डिस्पेन्सरी बंद करूनी आला
प्राची विचारते त्याला
येते का रे तुला ए बी सी?
प्राची शिकते ए बी सी ।
बहीण तिची बी. कॉम.ला
कॉलेज सुटुनी घरी आली
प्राची विचारते तिजला
येते का गं ए बी सी!
प्राची शिकते ए बी सी!
दुसरा भाऊ इंजिनिअरिंगला—”

अपर्णाबाईंना मध्येच अडवून मी घाबरून पण वरकरणी हसून विचारलं, “या प्राचीला भाऊ-बहिणी तरी किती आहेत?”

“तीन भाऊ व दोन बहिणी. प्राची सगळ्यात धाकटी. प्रत्येक भावाच्या व बहिणीच्या वाट्याला एक कडवं. शिवाय तिचे मामा, आत्या, काका—”

जज्जसाहेब हसून म्हणाले, “अगदी हिंदू अन्‌डिव्हायडेड फॅमिली! त्यामुळे अपूचं चांगलंच फावलंय—”

“हो ना! खंडकाव्य लिहायची सोय झाली!” मी म्हटलं.

“पुढं ऐका ना—” अपर्णाबाई थांबायला तयार नव्हत्या आणि मग त्यांनी त्या प्राचीच्या तीस-चाळीस नातेवाइकांना वेठीला धरलं!

“आजपर्यंत मी ऐकलेल्या बालगीतातील हे सर्वश्रेष्ठ आहे!” एवढा वेळ गप्प बसून राहिलेल्या नानानं ग्वाही दिली. “मामी, तू पुस्तकं का नाही प्रसिद्ध करीत?”

“तुमच्या ओळखीचे कुणी प्रकाशक आहेत का हो? तुम्ही कवी आहात, तेव्हा—” —जज्जसाहेब.

“मी कवी नाही, मी गद्य लिहितो. प्रकाशकाचं म्हणाल, तर आजकाल मोठमोठे प्रकाशक चांगले काव्यसंग्रह छापायला तयार नसतात—”

“माझा एक प्लॅन आहे. मी पैसे घालून अपूचा संग्रह प्रसिद्ध करीन. संग्रह शासनाच्या पुरस्कार योजनेसाठी पाठवायचा. माझ्या सरकारात ओळखी आहेत.

अपूला पंधराशेचा पुरस्कार मिळाला म्हणजे पैसे वसूल!''

"जरूर मिळेल!'' नानानं ठासून सांगितलं, "अहो, 'सशाचे कान', 'वाघाचे पाय', 'माकडाची शेपटी' असल्याही पुस्तकांना पुरस्कार मिळतात!''

मीही मान हलवून म्हटलं, "जज्जसाहेब, दिल्लीला ओळखी असतीलच तुमच्या?''

"आहेत तशा! का बरं?''

"तुम्ही साहित्य अकादमीकडेसुद्धा संग्रह पाठवा. पाच हजारांचं पारितोषिक आहे. मुद्दल वसूल होऊन पुन्हा वर भरघोस नफा!''

"साहित्य अकादमीचा पत्ता ठाऊक आहे तुम्हाला?''

"मी नंतर पाठवून देईन.''

जज्जसाहेबांनी घड्याळाकडे पाहिलं. "बरं झालं, तुम्ही भेटलात! नाना म्हणाला, तुमच्या संपादकांकडे ओळखी आहेत. अपू तीन-चार कविता तुमच्याकडे देऊन ठेवील. तुम्हीही कवी आहात—''

"मी कवी नाही!'' मी पुन्हा आठवण दिली. "जज्जसाहेब, कविता लिहिणं म्हणजे काय सोपी गोष्ट आहे? मी आपला साधा गद्य लिहिणारा!''

"मामींना दोन्ही कसं काय जमतं, कोण जाणे!''

"तर चार कविता, दोन लेख संपादकांकडे देऊन ठेवा. साताऱ्याला कधी जाता की नाही?''

"नाही.''

"कधी गेलात तर आमच्याकडे चहाला या! पण पंधरा-एक दिवस आधी कळवा. यू सी, आय ॲम व्हेरी बिझी मॅन.''

"अय्या, विसरलेच! सेशन्स जज्जची बायको नाटक घेऊन येणार आहे; तिला मार्गदर्शन करायचं आहे!''

"मामी, ह्या आमच्या मित्रालाही कविता कशा लिहाव्यात, यावर मार्गदर्शन कर बरं का!''

"करीन हो! तुम्ही साताऱ्याला चहाला येणार ना, तेव्हा जरूर करीन!''

आणि जमेल तेवढ्या घाईनं अपर्णा शेंबणेकर अंत:पुरात निघून गेल्या...

◆◆◆

६. असेच एक बाळासाहेब

माणसानं फार व्यवस्थित, फार शिस्तबद्ध आयुष्य जगू नये— असं मला प्रामाणिकपणानं वाटतं. थोडा अघळपघळपणा, थोडासा बेशिस्तपणा माणसाला कसा शोभून दिसतो. अंगाभोवती घट्ट साडी लपेटणारी, केसांचा चापूनचोपून भांग काढणारी तरुणी पाहावीशी वाटत नाही. कपडे कसे सैलदार पाहिजेत. केसांच्या बटा अवखळपणे वाऱ्यावर उडाल्या पाहिजेत. तिन्हीत्रिकाळ घड्याळाकडे पाहणारा, प्रत्येक गोष्ट कमालीच्या शिस्तीने करणारा माणूस आदरणीय आहे; पण दोस्तीला लायक नाही! अशा माणसापासून दोन हात दूर—

—होय, असा माणूस माझ्या घरापासून अक्षरश: दोन हात दूर राहतो. तो माझ्या शेजारीच राहतो.

दोन वर्षांपूर्वी ते कुटुंब आमच्या शेजारी राहायला आलं. नवरा, बायको आणि एका प्रायव्हेट फर्ममध्ये ऑफिसरच्या जागेवर असलेला त्यांचा मुलगा. वडिलांना टक्कल नाही—पण तिशीत पोचलेल्या मुलाला मात्र ते आहे! त्या मुलाचा दिनक्रम घड्याळानुरूप व जीवनक्रम कॅलेंडरला साक्षी ठेवून चाललेला असतो. सकाळी सहा वाजून पस्तीस मिनिटांनी तो उठतो. सहा-पन्नास ते सात-दोन दाढी, सात-तीन ते सात-बारा अंघोळ— अशा थाटाचं त्याचं वेळापत्रक असतं. सकाळची आठ-तीनची बांद्रा-चर्चगेट लोकल त्याला घेतल्याशिवाय निघत नाही! (या लोकल्सचीही कमाल आहे! त्या बरोबर आठ वाजता व साडेआठ वाजता सुटत नाहीत; सात एकोणसाठ, आठ-एकतीस अशा त्यांच्या वेळा!) आमचा हा

ऑफिसर दिवस-रात्रीचे सगळे कार्यक्रम घड्याळाच्या काट्याकडे पाहत आटपत असतो. कधी एका मिनिटाचा फरक होणार नाही.

गणेश चतुर्थी जवळ आली की त्याची मला व आमच्या अन्य शेजाऱ्यांना एक सायक्लोस्टाइल केलेली चिठ्ठी येते. तिच्यातला मजकूर असा : 'गणेश चतुर्थीनिमित्त आमच्या घरातील गणपती व सभोवतालची आरास पाहण्यासाठी शुक्रवारी संध्याकाळी पाच-पस्तीस ते सहा-पंचेचाळीस, हे न जमल्यास शनिवारी तीन-पंधरा ते सहा-पंधरा, तेही न जमल्यास रविवारी सकाळी सात-पंचेचाळीस ते दहा-वीस या वेळात यावे.'

त्यानं दिलेल्या वेळेप्रमाणं जावं लागतं. नाहीतर तो दारातच उभा राहून ''मी जरा कामात आहे'', असं सांगतो. शनिवारी उशिरा पोचलो तर, ''आता उद्या सकाळी सात-पंचेचाळीस ते दहा-वीस या. मी वाट पाहतो— अवश्य या.'' असं हसत सांगतो. रविवारी उशिरा पोचलो तर ''गणपती बाप्पा पुढच्या वर्षी येणार आहेतच. आपण त्या वेळी मात्र जरूर या. या वर्षी आपला योग हुकला'', असं नम्रपणे म्हणतो. आपण हळहळतो!

या वर्षी मी त्याच्याकडे काही कामानिमित्त जाऊ शकलो नाही. गणपती विसर्जनानंतर त्यानं मला फोन केला, ''आपण गणपतीच्या दर्शनाला आला नाहीत बरं?''

मी सांगितलं, ''काय झालं, तुम्ही ती चिठ्ठी पाठवून दिली होती ना, अमुकपासून अमुक वेळेपर्यंत या, ती चिठ्ठीच कुठं हरवली हो!''

''असं होय? मग बरोबर आहे! पुढल्या वर्षी मी दोन चिठ्ठ्या पाठवीन.'' त्यानं नम्रपणे सांगितलं.

वास्तविक, त्याच्या नेहमीच्या वेळापत्रकात मुलगी पाहण्यासाठी वेगळा वेळ त्यानं दिला नव्हता. त्यामुळे तीस वर्षं झाली तरी त्याचं लग्न झालं नसावं! शेवटी त्यानं आई-वडिलांच्या आग्रहामुळे रविवारी संध्याकाळी चार ते सहा (बहुधा तीन-साठ ते पाच-साठ अशी वेळ त्यानं दिलेली असावी!) हे दोन तास मुली पाहण्यासाठी राखून ठेवले. त्यापूर्वी तो या वेळात मॅनेजमेंट विषयावरची जर्नल्स वाचत असे. सहाच्या ठोक्याला फिरायला बाहेर पडत असे. मुलगी पसंत होईपर्यंत आपल्या मॅनेजमेंट या विषयाच्या ज्ञानात भर न घालण्याचं त्यानं ठरवलं. चार ते सहा या काळात तो जमेल तितक्या मुली पाही. तीन मुली पाहायच्या असल्या की प्रत्येक मुलीसाठी चाळीस मिनिटं. एकच मुलगी पाहायची असली तर तिच्यासाठी तब्बल एकशेवीस मिनिटं.

माझ्या एका ओळखीच्या गृहस्थानं त्याच्या स्थळाची चौकशी केली. त्यामुळे

फोनवरून मी त्याची अपॉइंटमेंट घेतली. बरोबर सात वाजून बत्तीस मिनिटांनी त्याच्या घरी पोचण्याच्या बेताने माझ्या घरून सात वाजून एकोणतीस मिनिटांनी मी निघालो. माझा वेळेबद्दलचा अंदाज चुकला. मी त्याच्या दारापाशी सात वाजून एकतीस मिनिटांनी पोचलो. एक मिनिट मी दरवाजापाशी थांबून राहिलो. मग बेल वाजवली. दार त्याच्या आईनं उघडलं.

"बसा दोन मिनिटं. बाळ येईलच बाहेर—"

मी दिवाणखान्यात सोफासेटवर बसलो. समोरच्या घड्याळात साडेसात वाजले होते.

दोन मिनिटांनी चिरंजीव आले.

"आपण दोन मिनिटं आधी आलात—त्यामुळे आपल्याला बसावं लागलं—" तो नम्रपणे म्हणाला.

"माझं घड्याळ दिवसातून पाच मिनिटं पुढं जातं, त्यामुळे बिफोर टाइम आलो—" मी खुलासा केला.

"आपलं घड्याळ चोवीस तासांत तीनशे सेकंद पुढं जातं? बाप रे! ताबडतोब दुरुस्त करून घ्या! माझ्या ओळखीचा एक घड्याळजी आहे. उद्या माझ्या ऑफिसात पाच वाजून छत्तीस मिनिटांनी आलात—"

"थँक्स! माझा नेहमीचा घड्याळजी आहे. आजच त्याच्याकडे घड्याळ देईन. तुम्हाला तसदी कशाला?" मनात म्हटलं, याच्याकडे धडपडत पाच-छत्तीसला पोचणार कोण? एक मिनिट उशीर झाला तर निघून जायचा!

मी माझ्या आगमनाचा हेतू त्याला सांगितला.

तो आत गेला आणि एका हातात सरबताचा पेला अन् दुसऱ्या हातात एक सायक्लोस्टाइल्ड कागद घेऊन आला.

"हे काय?" कागदाकडे पाहत मी विचारलं.

"आधी हे सरबत संपवा, मग सांगतो."

"तुम्ही नाही घेत सरबत?"

"आठच मिनिटांपूर्वी मी चहा घेतला. आईनं आपल्यासाठी दार उघडलं, तेव्हा मी चहा घेत होतो."

"ओ—आय-सी!" मी सरबताचा पेला हातात घेतला आणि एका मिनिटात संपवला.

"मुलीवषयी तुमच्या अपेक्षा काय आहेत?" मी विचारलं.

"गुड! मला वाटलंच, आपण हा प्रश्न विचारणार! प्रत्येक जण हा प्रश्न विचारतो आणि माझा पाव तास फुकट जातो. या सायक्लोस्टाइल्ड कागदाचा अर्थ

आता आपल्याला कळेल!''

त्यानं माझ्या हातात तो कागद दिला. दोन्ही बाजूंना सायक्लोस्टाइल्ड केलेला कागद होता तो. एका बाजूला स्वत:चा बायोडेटा होता. नाव-जन्मतारीख-शिक्षण—बी. ई. कोणत्या क्लासात उत्तीर्ण वगैरे. डोक्यावरल्या टकलाचा त्यानं व्यास दिला होता. डोळ्यांवर अमुक नंबरचा चष्मा— 'पण लग्नानंतर कॉन्टॅक्ट लेन्स वापरण्याचा विचार आहे-' असा खुलासा (की दिलासा?) त्यानं दिला होता.

''मी दर आठवड्याला वजन करतो आणि त्याप्रमाणं वजनाचा आकडा तेवढा बदलतो.'' त्यानं वजनाच्या कॉलमकडे बोट दाखवीत सांगितलं.

''उंची नाही तपासत दर आठवड्याला?'' मी भाबडेपणानं प्रश्न केला.

''नाही. मी सोळा वर्षं सात महिन्यांचा झालो आणि माझी उंची वाढणं बंद झालं.. या, आपल्याला माझ्या उंच्या दाखवतो.''

तो काय दाखवणार याचा निश्चित अंदाज मला येईना, पण मी त्याच्या मागोमाग स्वयंपाकघरात गेलो. दरवाजाच्या मागल्या बाजूला भिंतीवर पेन्सिलीच्या असंख्य खुणा होत्या आणि प्रत्येक खुणेपुढं तारीख होती. सर्वांत वरची खूण दाखवून तो म्हणाला, ''चौदा वर्षं तीन महिन्यांपूर्वी केलेली ही शेवटची खूण. आजही माझी उंची तेवढीच आहे!''

आम्ही पुन्हा बाहेर आलो. मी कागदाच्या मागच्या बाजूचा मजकूर वाचू लागलो. मुलीबद्दलच्या अपेक्षा तिथे नोंदण्यात आल्या होत्या : सुविद्य, सुस्वरूप, सुशील वगैरे सर्व 'सु' तिथं होतेच; पण त्यापुढं तपशीलवार वर्णनं होती. वर्ण, उंची, घाऱ्या डोळ्यांची नको— वगैरे. (तरी बरं—छाती, कंबर, नितंब यांची मापं दिलेली नव्हती!) विशेष सूचना दोन होत्या : 'हिंदी सिनेमाची आवड हवी. कारण दर शनिवारी संध्याकाळी हिंदी सिनेमा पाहण्याची उपवर मुलास सवय आहे. चित्रपट पाहून झाल्यानंतर घरी आल्यावर अर्धा तास सिनेमाविषयी चर्चा करता आली पाहिजे' — ही एक. 'गाण्याची आवड असता कामा नये. उपवर मुलास गायन या विषयाबद्दल घृणा आहे. गाण्याची आवड असलेल्या मुलीचा वृथा कोंडमारा होईल!' —ही दुसरी अट.

मी तो कागद घडी करून खिशात घातला.

''आपल्या स्नेह्यांना हा कागद दाखवा आणि सर्व काही चपखल बसत असेल तर मला फोन करून अपॉइंटमेंट ठरवा.'' मग त्यानं डायरी उघडली. ''एनी वे, पुढले तीन रविवार आधीच बुक्ड आहेत.''

''ठीक आहे.'' मी म्हटलं, ''आणखी काय?''

त्यानं घड्याळाकडे पाहिलं. मी चाणाक्षपणे त्याचा अर्थ ओळखला.

"आठ-पाचला माझ्याकडे एक नातेवाईक येणार आहेत." तो म्हणाला.

"बापरे, आठ-पाच झालेच की! मी उठतो." मी माझ्या घड्याळाकडे पाहिलं.

"पाच मिनिटं आपलं घड्याळ पुढं आहे, हे आपण विसरलात. अजून पाच मिनिटं बसायला हरकत नाही. तेवढ्या वेळात नवीन काय लिहिताय, हे सांगितलंत तरी चालेल!"

मी ते त्याला सांगितलं आणि त्याचा निरोप घेऊन, सुटकेचा निःश्वास सोडीत घरी आलो.

माझ्या मित्रानं त्याची मुलगी पाचव्या रविवारी दाखवली. दोन दिवसांनंतर मित्राला एक सायक्लोस्टाइल्ड पत्र आलं. त्या पत्रात दोन ओळी होत्या :

'स. न. वि. वि.

आपण दाखवलेली मुलगी पसंत आहे । नाही. पुढील बोलणी करण्यासाठी येत्या रविवारी संध्याकाळी चार वाजता यावे । आपण मुलगी पाहण्याची मला संधी दिलीत, याबद्दल मनस्वी आभारी आहे!'

खाली त्याची सही—तीही सायक्लोस्टाइल्ड!

पत्रातील 'आहे' त्यानं खोडला होता. साहजिकच पुढल्या ओळीतील पहिल्या वाक्यावर त्यानं काट मारली होती. तात्पर्य, सुदैवानं त्यानं माझ्या मित्राची मुलगी नापसंत केली होती!

त्याचं लग्न या जन्मात ठरेल, असं वाटलं नव्हतं.

—पण अखेरीस ते ठरलं. कोणा एका उपवर मुलीच्या बाबतीत त्यानं 'नाही' वर काट मारली. तिच्या वडिलांना पुढील बोलणी करण्यासाठी 'येत्या रविवारी संध्याकाळी चार वाजता' बोलावलं. ही बोलणी यशस्वी झाली.

'काँग्रेट्स! तुमचं लग्न ठरलं म्हणे!" तो एकदा वाटेत भेटला, तेव्हा मी त्याला म्हटलं.

"हो, आपली माहिती खरी आहे, परंतु साडेअडुसष्ट मुली पाहाव्या लागल्या ना!"

"साडेअडुसष्ट? म्हणजे एक मुलगी अर्धवट होती की काय?"

"छे हो! एका मुलीला पाहत असताना मी तिच्या वयाबद्दल शंका प्रदर्शित केली, तेव्हा ती रागानं उठून गेली. तिला मी पुरती पाहू शकलो नाही. सबब—ती धरून साडेअडुसष्ट."

एकोणसत्तर मुलींपैकी एकच मुलगी रागानं मध्ये उठून गेली, हाही मोठा चमत्कार म्हटला पाहिजे! मानवी जीवन ही एक चमत्कारांची मोठी जंत्रीच, असं

कुणी तरी, कुठं तरी म्हटलं आहेच!

काही दिवसांनी त्याच्या लग्नाची निमंत्रणपत्रिका आली. लग्न मुंबईतल्या मध्यवर्ती ठिकाणी एका मंगल कार्यालयात होतं. कार्यालय इतकं सुप्रसिद्ध आणि पत्ता इतका सहज मिळण्यासारखा की कुणीही डोळे झाकून जावं, पण हे त्याला मान्य नसावं. पत्रिकेच्या मागील बाजूस त्यानं मुंबई शहराचा नकाशा काढला होता. त्यात दादर स्टेशनवरून कार्यालयाकडे कसं यावं, हे बाण काढून दाखवण्यात आलं होतं. सांताक्रूझ एअरपोर्टवरून कसं पोचावं, हेही नकाशावर तपशीलवार स्पष्ट केलं होतं. कार्यालयापाशी थांबणाऱ्या बी. ई. एस. टी. च्या बसेसचे त्यानं क्रमांक दिले होते.

मी पत्रिका नीट न्याहाळली व त्याला फोन केला—

"पत्रिका मिळाली, पण—"

"पण काय?" त्यानं काळजीच्या सुरात विचारलं.

"मी उद्या गोव्याला चाललोय. स्टीमरनं येणार. त्यामुळे घोटाळा झाला—"

"का? घोटाळा कसला त्यात?"

"तुमच्या त्या नकाशात भाऊच्या धक्क्यावर उतरल्यावर कार्यालयाकडे कसं पोचायचं, हे दाखवलेलं नाही! रस्ते-वाहतूक, रेल्वे-वाहतूक, विमान-वाहतूक याप्रमाणे जल-वाहतूक असते, हे तुम्ही विसरलेले दिसता!"

"सॉरी! एक्स्ट्रीमली सॉरी! फार मोठी चूक घडली!" तो खूप वेळ हळहळला.

"बरं, पुढच्या खेपेला चूक दुरुस्त करायची तर लग्न हा विधी पुन: पुन्हा काही होत नाही!"

"हो ना, म्हणून तर—"

"ठीक आहे. कधी नजरचुकीनं राहून जातं. फर्गेट अबाउट इट!" मी हसत म्हटलं व फोन खाली ठेवला.

खरं सांगायचं म्हणजे, मला बरं वाटलं— या शिस्तीनं वागणाऱ्या माणसाची एक तरी चूक काढता आली, या विचारानं! पण तेवढं समाधान तो कसला लाभू देतोय?

दुसऱ्या दिवशी त्याच्याकडून एक छापील चिटोरं आलं. उघडून पाहतो तर नकाशाला सप्लिमेंट! भाऊच्या धक्क्यावरून कार्यालयाकडे कसं पोचावं, हे बाणांनी दाखवलेलं. सप्लिमेंटच्या मागं एक महत्त्वाची सूचना : रिसेप्शन— सहा ते आठ. मित्रमंडळींनी सहा ते सात यावं आणि नातेवाइकांनी भोजनाला थांबावयाचं आहे. आठ-पाचला पहिली पंगत बसेल.

लग्न झाल्यानंतर त्याच्या वेळापत्रकात किंचित बदल झाल्याचं आढळून

आलं. तो ऑफिसला दोन मिनिटं आधी निघत असे. रस्त्याच्या टोकापर्यंत सावकाशीनं जात असे. त्याची बायको बाल्कनीत उभी राहून त्याला हात हलवून निरोप देई. वळणावर वळताना तो थांबे. हात उंचावून 'टाटा' करी आणि मग दिसेनासा होई. ऑफिसातून आल्यावर बायकोनं वाट पाहत बाल्कनीत थांबलं पाहिजे, अशी त्याची आज्ञा असावी. कारण नेमकी सहा-पंचवीसला बायको बाल्कनीत उभी राही आणि पाच मिनिटांच्या आत सूर्याच्या मावळत्या किरणांत न्हाऊन निघालेलं त्याचं टक्कल चमकू लागे!

हळूहळू त्याचं लग्नही जुनं झालं. दोन-अडीच वर्षं उलटली. त्याचं ते शिस्तबद्ध आयुष्य आमच्याही अंगवळणी पडलं.

एकदा ऑफिसच्या काही कामानिमित्त तो रात्री माझ्या घरी आला. वेळ ठरवून तो एकटाच आला होता. काम आटोपलं आणि घड्याळाकडे पाहत तो म्हणाला, "मला आता पाच मिनिटांनी निघावं लागेल."

"बसा हो— काय गडबड आहे! उद्या रविवार सुट्टीचा दिवस."

"छे— छे! उद्या रविवार आहे— म्हणूनच पाच मिनिटांनी निघावं लागेल!"

"का? लवकर झोपता की काय रोज?"

"ऊंहूं. झोपण्यापूर्वी विवाहित स्त्री-पुरुष जो कार्यक्रम आटोपतात, त्या कार्यक्रमाचा आज दिवस आहे. आय होप, यू विल अंडरस्टँड व्हॉट आय मीन!"

मी मान हलवली. "बाय द वे— बाळासाहेब, अजून आम्हाला पेढे-बर्फी नाही दिलीत तुम्ही!"

"त्याचं काय आहे—मला ज्या प्रकारे मुलाला वाढवायचं आहे, त्याप्रमाणे एकच मूल परवडण्यासारखं आहे!"

"ठीक आहे—मग?"

"आणि ते एकुलतं एक मूल मुलगा असावा, अशी माझी इच्छा आहे!"

"इच्छा असेल खूप, पण त्या गोष्टी परमेश्वराच्या हाती! अहो, माझ्या एका आतेबहिणीनं मुलगा व्हावा म्हणून व्रतवैकल्यं- सारं केलं, पण एकापाठोपाठ चार मुली! बोला आता!"

तो नुसता हसला. निरोप घेऊन निघून गेला.

वर्षभरात तो बाप झाला. त्याच्या इच्छेप्रमाणे त्याला मुलगा झाला होता!

मी लागलीच त्याला फोन केला, "अभिनंदन!"

"थँक्स अ लॉट!"

"बरं झालं मुलगाच झाला ते!"

"मुलगा होणार, हे मला ठाऊक होतंच!"

"असं? ते कसं काय?"

"अहो, चंदीगड मेडिकल कॉलेजमध्ये यासंबंधी संशोधन सुरू आहे आणि ते शंभर टक्के यशस्वी झालं आहे. तिथल्या सर्जन जनरलकडून मी माहिती मागवून घेतली. दोन वर्ष त्यांच्याशी पत्रव्यवहार करत होतो."

"दोन वर्षं?"

"माझ्या बारीकसारीक अनेक शंका! त्यांची उत्तरं यायला वेळ लागायचा. शेवटी सर्व शंका फिटल्यावर मगच—"

"अरे वा! बरं झालं तुम्ही ही बातमी दिली ते! यापुढं कुणाला मुलगा वा मुलगी हवी असली, तर चंदीगड कॉलेजनं दिलेला वसा घ्यायचा—सर्व काही सुफल संपूर्ण!" मी म्हटलं.

"मेथड फार अवघड आहे! अनेक अटी असतात. तारीख, तिथी, रात्रीचा विशिष्ट प्रहार—प्रत्येक स्टेज मिनिट टू मिनिट—"

"बापरे! तात्पर्य, साठ कोटी लोकांत तुम्हालाच हे जमण्यासारखं आहे!"

"थँक्स फॉर दि कॉम्प्लिमेंट्स!" तो कृतकृत्य होत्साता हसून उद्गारला.

मी मनातल्या मनात त्याला लोटांगण घालून फोन खाली ठेवला!

◆◆◆

७. एक फसलेला प्रयोग

डोकं दुखत होतं म्हणून अर्धा दिवस रजा काढून घरी आलो होतो. कॉलनीत शुकशुकाट होता. 'तय्यार केला' आणि 'काश्मिरी सेव'च्या आरोळ्या तेवढ्या ऐकू येत होत्या. दारावरची बेल चारपाचदा वाजवली तरी सौभाग्यवतीची चाहूल नाही! शेवटी बॉसला डोळ्यांपुढं आणून दातओठ खाऊन बेल वाजवली.

सौ. नं डोळे चोळत दार उघडलं. ''इश्श! केवढ्यांदा बेल वाजवता? मी बहिरी नाही म्हटलं!''

''एरवी नसशील, पण झोपल्यानंतर काय होतं— थोरला मेंदू झोपी जातो, लहान मेंदू काम करत असतो— हा लहान मेंदू जरा कामचुकार आहे!''

''त्या मेंदूबिंदूचं मला काही सांगू नका!'' आपल्या ज्ञानात भर पडलेली तिला मुळीच खपत नसे. ''माझी झोप चांगली जागृत आहे! नुसत्या पावसाच्या आवाजानं मला जाग येते!''

''हो, खरं आहे!'' खूपदा बेल दाबून माझ्या उजव्या हाताची तर्जनी दुखत होती. त्या तर्जनीकडे पाहत मी तिचा दावा मान्य केला.

कपडे बदलून कॉटवर पडल्या-पडल्या मी म्हणालो, ''तुम्हा बायकांचा मला हेवा वाटतो! मुलं मोठी होऊन शाळेत जाऊ लागली की, आनंदी आनंद गडे इकडे तिकडे चोहीकडे! नवऱ्याची ब्याद दहा वाजता ऑफिसला गेली की सहा वाजेपर्यंत चिंता नाही! मुलांची अकरा ते पाच शाळा! मग काय—लोळण भूमीवरी। मोक्ष वाटे मना!''

''एवढं हिणवायला नको काही!'' विमल गाल फुगवून

म्हणाली. लग्नानंतर दोन-तीन वर्षं तिचं ते गाल फुगवणं, माना वेळावणं बरं वाटायचं; आता— तर, ते असो! ''आम्ही नुसत्या लोळत नाही!''

''हो ना! नि मासिकं वाचता— 'स्त्रियांनी नोकरी करावी काय?', 'पुरुषांचा स्त्रियांवर होणारा जुलूम' —बिचारा पुरुष! बॉसच्या लाथा खात ऑफिसात मान मोडून काम करत असतो! स्त्रियांवर जुलूम करायला वेळ आहे कुठे त्याला? मासिकं नसली तर रेडिओ आहे. 'गृहिणींसाठी कार्यक्रम : आज किनई सत्यभामाबाई शेंगदाण्याच्या फोलपटांचा चिवडा कसा करायचा, ते सांगणार आहेत. ऐका हं!' नाहीतर त्या गुलगुलीत कादंबऱ्या! नायक-नायिकेची दूधकेंद्रावर भेट, छटाक दोन छटाक संकटं, शेवटी मीलन! दीर्घ चुंबन, कडकडून आलिंगन आणि दिवा मालवणं! —असलं काही गोडधोड वाचलं की झोपही गोड-गोड लागते!''

आमची विमल तशी मानी स्वभावाची. माझं बोलणं तिला चांगलंच झोंबलं. दुसऱ्या दिवशी तिनं घरपोच लायब्ररीची पुस्तकं न् मासिक बंद केली. त्या महिन्याचं लाइटचं बिल कमी आलं, तेव्हा मी आश्चर्य व्यक्त केलं. त्यावर तिनं आपण दुपारी एक मिनिटसुद्धा रेडिओ लावत नाही, असा गौप्यस्फोट केला.

एके दिवशी तिनं वर्तमानपत्रातली एक जाहिरात माझ्यापुढं टाकली. ''तुमचं या फर्ममध्ये कुणी ओळखीचं आहे का?'' तिनं विचारलं.

''का बुवा? कोण अर्ज करणार आहे इथं?'' तिच्या माहेरच्या माणसांना माझी नेमकी अशा वेळी आठवण व्हायची, हे मला अनुभवानं माहीत होतं.

''मीच अर्ज करणार आहे क्लेरिकल पोस्टसाठी!''

''म्हणजे? विमल, तू नोकरी करणार?''

''असं भूत पाहिल्यासारखं दचकायचं काय कारण?''

''अगं, जन्मात तू नोकरी केली नाहीस! तुला जमेल कशी?''

''सगळे लोक नोकरीचा अनुभव गाठीला मारून जन्माला येत नाहीत! कधीतरी या जन्मातच त्यांना सुरुवात करावी लागते!''

तिचा हा मुद्दा बिनतोड होता!

पण त्या नोकरीचं जमलं नाही; इतकंच नव्हे, तर चार-पाच ठिकाणी ती 'मुलाखती' देऊन परत आली. नोकरीकडे पाहण्याचा तिचा दृष्टिकोन 'स्वतंत्र' होता. नोकरीच्या वेळा हव्या तशा पाहिजेत, नोकरीची जागा घरापासून अमुक अंतरावर हवी, वर्षाला अमुक एक सुट्या पाहिजेत, यांसारख्या तिच्या किरकोळ अपेक्षा पूर्ण करायला कोणी तयार झालं नाही! साहजिकच प्रारंभीचा तिचा उत्साह मावळला. निदान तिचा हिरमोड होऊ नये म्हणून तिला नोकरी मिळाली पाहिजे, असं मला वाटू लागलं.

एकदा मी ऑफिसमधून परत आल्यावर शिऱ्याची बशी माझ्यापुढं सरकवीत ती म्हणाली, "मी एक स्वतंत्र व्यवसाय करणार आहे! कुणाची ताबेदारी करायला नको!"

"स्वतंत्र व्यवसाय? म्हणजे एखादा छोटा उद्योगधंदा की पापड-लोणची तयार करून विकणार?"

"इश्श, तसलं काही नाही! बालवाडी सुरू करणार आहे!"

"बालवाडी? म्हणजे मॉंटेसरी? तुला त्यातलं काय कळतंय?"

"वा, न कळायला काय झालं? मी एका कोर्सला पाच-सहा महिने जात होते म्हटलं! मग बंद केलं. एवढंच की, मी मराठीतून शिकवणार. मातृभाषेतून मुलांना चट्‌दिशी कळतं! कॉलनीत तुमच्या ओळखीच्या, बिनओळखीच्या लोकांना भेटून मुलं तुम्ही गोळा करायची. पंचवीस-तीस मुलं पुरेत. महिना पाच रुपये. म्हणजे दीडएकशे रुपये होतील! शिवाय माझा वेळही छान जाईल!"

"अगं, पण जागा वगैरे?"

"बालवाडी दुपारी बारा ते तीन म्हणजे त्या वेळी तुम्ही घरी नसणार, मुलं शाळेला गेलेली असणार. हा आपला हॉल मी वापरते. काय, छान आहे नं कल्पना?"

"होय." म्हणून सांगावंच लागलं. नाहीतर उगाच भांड्यांना पोचे यायचे आणि कपबशा फुटायच्या!

सुरुवातीची गुंतवणूक म्हणून सात-आठशे रुपये मला बँकेतून काढावे. लागले. छोट्या खुर्च्या, त्याला जोडून बाकं, वेगवेगळ्या रंगांची फळं, चित्रं, खेळ असं बरंच सामान आणावं लागलं. ऑफीस सुटलं की कुठं सुताराला बोलाव, कुठं बाजारात जाऊन सामान घेऊन ये— ही कामं करावी लागत. त्यात पुन्हा बायकांच्या बाबतीत वस्तू आणण्यापेक्षा ती परत देणं, बदलून आणणं यात अधिक वेळ खर्च होतो. या कामात काही कुचराई केली की कपाळावर मावतील तेवढ्या आठ्या आणि वर पुन्हा— "तुम्हाला कशाचं म्हणून कौतुक नाही! तुमच्या घराण्याचाच गुण आहे हा! मागं सासूबाई आल्या तेव्हा मर-मर मरून एवढे नवे पदार्थ खायला घातले; पण चुकून एकदा त्यांनी म्हटलं नाही, 'सूनबाई, हे फार छान झालंय हो!' परवा भावजी आले होते—" तात्पर्य, मूळ रस्ता सोडून गाडी घनदाट अरण्यात वाट चुकते!

तिची ही कामं करताना एक-दोनदा अनवस्था प्रसंग ओढवला होता माझ्यावर! एकदा ऑफिसमधील फाइल घरी आणत होतो. ती फाइल लाकडी घोडे मिळताच दुकानातच विसरून आलो! रात्री जेवण उरकून काम करायला बसलो, तेव्हा लक्षात आलं की फाइल नाही! रात्रभर झोप लागली नाही. अनेक लाकडी घोड्यांच्या टापा रात्रभर ऐकत पडलो होतो. एकदा बॉसनं घरी बोलावलं होतं. त्यांच्या घरी जाताना

वाटेत मी लाकडी फळांची भरलेली करंडी विकत घेतली होती. ती घेऊन आत शिरलो तेव्हा, "हॅं हॅं! ही फळं आणि कशाला आणलीत? बरं, ठेवा." असं म्हणून मला साहेबांनी खिंडीत गाठलं. परिणामी, बाजारात जाऊन वीस-पंचवीस रुपयांची खरी फळं त्यांना आणून द्यायला लागली!

ही जमवाजमव करीत असताना कॉलनीतल्या शेजाऱ्यापाजाऱ्यांच्या घरी माझ्या व्हिजिट्स चालू होत्याच. बालवाडीसाठी छात्रगण नाहीतर आणायचा कुठून? नुसती पाटी लावून वाट बघत बसलो असतो तर नुसती वाटच बघावी लागली असती! खरं म्हणजे, बालवयात मुलांवर चांगले संस्कार व्हायला हवेत; परंतु तेवढी जागृती आलीय कुठं आपल्या देशात!

शेजाऱ्यांच्या विकेट्स घेणं सोपं काम नव्हतं. कुणी म्हणायचं, "आमचा पिंटू अजून फार म्हणजे किनई फारच लहान आहे हो!" कुणाच्या मते, "आमचा बाळ्या का आता लहान आहे? धगुरडा झालाय! आता त्याला का बालवाडीत पाठवायचंय?" कुणाला पाच रुपये फी म्हणजे फार वाटली. "दोन रुपये घ्यायचे मेल्ले!" हे पुन्हा आणखी वर!

ओळखीचे चोर जिवे मारतात म्हणून मी अनोळखी मंडळींकडे जाऊ लागलो.

"तुम्हाला मुलं?"

"हो, आहेत ना! एक मुलगा, एक मुलगी."

"वा! छान, छान! मुलांना बोलवा बघू बाहेर!" मी दूरदर्शीपणानं खिशातून चॉकलेट्स नेली होती, ती चाचपीत म्हणालो.

गृहस्थ आत जाऊन बाहेर आले. म्हणाले, "मुलगी इथंच कुठे गेलीय. मुलगा येतोय. बंड्याऽ ए बंड्या—"

बंड्या दाढी करत, जीभ गालफडात ठेवून बाहेर आला. मी चॉकलेटची पुडी साभार परत घेऊन आलो!

परिणामी, मी कॉलनीत अत्यंत प्रसिद्ध झालो. लोक मला दुरूनच ओळखू लागले. माझ्याकडे बोट दाखवू लागले. 'हाच तो' असं पुटपुटू लागले, पण माझ्या चिकाटीला यश आल्यावाचून राहिलं नाही! कॉलनीतली तीन ते पाच वयाची वीस-पंचवीस मुलं मी विमलच्या बालवाडीसाठी जमा करू शकलो आणि मला आयुष्यात इतर अनेक गोष्टी जमल्या नाहीत तरी एवढी एक गोष्ट तरी जमल्याचं दस्तुरखुद्द विमलनं, कधी नव्हे ते मोकळ्या मनानं मान्य केलं!

बालवाडीच्या उद्घाटनासाठी मंत्र्याला न बोलावण्याचा नवा पायंडा पाडण्याचं मी ठरवलं. कॉलनीतले हायस्कूल टीचर श्री. परचुरे यांना मी उद्घाटन करण्याची विनंती केली. शिक्षकांची जीवननिष्ठा, ओबडधोबड दगडातून शिल्प तयार करण्याचं

त्याचं कसब वगैरे गोष्टींवर माझी श्रद्धा होतीच. शिवाय परचुरेमास्तरांनी तीन ते पाच गटातील आपली मुलं पाठवून बालवाडीला भरघोस कॉंट्रिब्युशन केलं होतं!

हल्लीचं युग जाहिरातीचं आहे. लोकांना आकर्षित करण्यासाठी कुठल्याही गोष्टीची भरपूर जाहिरात करावी लागते. खिशातले चार पैसे खर्च करावे लागतात. उद्घाटन समारंभ आम्ही थाटात साजरा केला. पताका, तोरणं, फुगे यांची धमाल उडवून दिली. मुलांबरोबर मी पालकवर्गालाही बोलावलं होतं. वीस-पंचवीस मुलं आणि सात-आठ पालक यांच्यापुढे परचुरेमास्तरांनी दणकून भाषण दिलं. त्यांच्या अंगात जणू व्यास संचारला होता! जगातला एकही विषय त्यांनी स्पर्श केल्यावाचून सोडला नाही! इंदिरा गांधींच्या सरकारपासून हिंदू-मुसलमान एकजुटीपर्यंत विविध विषयांवर ते यथेच्छ तोंडसुख घेत होते. त्यांचा चढत्या श्रेणीतला आवाज आणि एकूण आवेश पाहून जेव्हा तीन-चार मुलांनी भोकाड पसरलं, तीन मुलं उठून गेली आणि दोन पालक चक्क घोरू लागले, तेव्हा परचुरेमास्तरांनी मोठ्या दुःखानं आपलं वक्तव्य आवरतं घेतलं. काही का असेना, बालवाडीचं उद्घाटन झालं होतं!

बालवाडीची वेळ दुपारी बारा ते तीन होती, त्यामुळे ती कशी चाललीय, हे मला कळणं शक्य नव्हतं. पण ती छान चाललीय, असं विमलच्या म्हणण्यावरून कळलं आणि महिना संपताच तिनं दीडएकशे रुपये मला दाखवले, त्यावरून माझी खात्री झाली. तिनं मिळवलेल्या त्या पैशाचा मला मोह नव्हता, पण निदान तिचा दुपारचा वेळ सत्कारणी लागतो, याबद्दल मला मनापासून आनंद होता.

एक दिवस मी अंघोळ करून माझ्या टेबलाजवळ आलो, तर माझ्या ऑफिसमधल्या फाइलला शाईची अंघोळ घातलेली! मी तारस्वरात खोलीभर कथकलीत भस्मासुराप्रमाणे नृत्य केलं आणि तसाच स्वयंपाकघरात आलो. विमलच्या आसपास दोन-तीन मुलं घोटाळत होती. निरखून पाहिलं, तेव्हा ती आमची मुलं नव्हेत, हे ध्यानात आलं.

"विमल, ही कार्टी कुणाची?"

"इश्श, कार्टी काय म्हणता? माझे विद्यार्थी आहेत हे!"

"तुझे हे विद्यार्थी? पण आज बिफोर टाइम कसे? बाराला शाळा सुरू होते ना, मग साडेनऊ वाजता यांचं काय काम आहे इथं?"

"अहो, परचुरेमास्तर गेले शाळेत आणि मास्तरीणबाई गेल्यात नारायण पेठेतल्या आपल्या बहिणीकडे! मुलांना खाऊ-पिऊ घालून त्यांनी इथं पाठवलं. दुपारी तीनपर्यंत त्या येणार आहेत."

"च्या—" राष्ट्राच्या भावी पिढीच्या शिल्पकाराच्या सहचारिणीला मी शिवी देणार होतो, पण जीभ चावून गप्प बसलो. हेडक्लार्कनं शाईनं माखलेल्या फायलीकडे

जेव्हा जळजळीत दृष्टिक्षेप टाकला, तेव्हा आणखी एकदा जीभ चावावी लागली!

'बिफोर टाइम' येणाऱ्या मुलांची संख्या हळूहळू वाढू लागली. कुणी शॉपिंगसाठी, कुणी दुपारच्या मॅटिनीसाठी, कुणी सोमवारातल्या मावशीकडे अगर बुधवारातल्या ताईकडे जाण्यासाठी साडेनऊ वाजता घरातून बाहेर पडायच्या आणि वाटेत आमच्या घरी ब्रेक जर्नी करून मुलांना सोडून द्यायच्या! एकदा मी ऑफिसातून आलो, तर दोन मुलं हॉलमध्ये दंगा करत बसली होती. त्यातल्या एकानं मुती केली होती व दुसरा त्यात पाय बुडवून हॉलमध्ये पावलांचे ठसे उमटवीत होता. मी ओरडण्यासाठी तोंड उघडणार, तेवढ्यात विमलनं चपळाईनं माझ्या तोंडावर हात ठेवला—

"ओरडू नका हो! मुलं घाबरतात! त्यांची आई अजून आली नाही हो बुधवारातून! पाच-दहा मिनिटांत जाऊन येईल!" ती पाच-दहा मिनिटं एक-दीड तासाने संपली!

त्यानंतर दोन-चार दिवसांनी रात्री मी रेडिओवर कुमार गंधर्वांचं गाणं ऐकत बसलो होतो. माझी समाधी लागली होती. तेवढ्यात आमच्या खालच्या मजल्यावर राहणारे खरंगटे तणतणत आत आले.

"यस्— काय हुकूम?" मी रेडिओचा आवाज कमी करून विचारलं. वास्तविक, त्यांचं ते अवेळी येणं अन् त्यातून पुन्हा तणतणत येणं मला मुळीच पसंत नव्हतं.

"हुकूम कसला?" खरंगटे संतापानं थरथरत म्हणाला. मग त्यानं आपल्या पायातली चप्पल काढून माझ्याकडं टाकली आणि ग्रामीण कथेतल्या गणपा महार किंवा येशा चांभार यांनाच शोभेल अशा थाटात तो म्हणाला, "ही घ्या चप्पल आणि हाणा माझ्या टाळक्यात!"

"माझी हरकत नाही; पण चप्पल हातात घेणं मला आवडत नाही! शिवाय तुमची चप्पल फार घाण झालीय! काय खरंगटे, कुठं पावसाबिवसात जाऊन आलात काय?"

"पावसात कायमच बसायची वेळ आलीय आमच्यावर!" काही लोक लूप लाइनवर बराच वेळ शंटिंग करत बसतात, मेन लाइनवर येतच नाहीत! खरंगटे त्यांपैकीच!

"मुद्द्याला धरून बोला खरंगटे, मूळ विषयावर या!" मी निक्षून सांगितलं.

"काय हो, आज दुपारभर काय सुरू होतं तुमच्या घरात?"

"मी नव्हतो घरी, पण दुपारी बारा ते तीन म्हणाल, तर आमच्याकडे बालवाडी चालू असते. ही चालवते— आमचं बेटर हाफ!"

"तुमच्या घरात एवढ्या जोरजोराने उड्या मारण्याचा प्रकार चालला होता

की आमच्या वाइफला वाटलं, भूकंप वगैरे होतोय की काय! शी वॉज शॉक्ड! तुम्हाला माहीत आहे—आमची बायको नाजूक आहे! आमच्या बायकोसारखी— आय मीन—''

"नो कंपॅरिझन! पुढं बोला!''

"अर्धा-पाऊण तास उड्या! अरे, भिंतीवरचे फोटो खाली आले! वरच्या सिलिंगचा एक टवका निघाला!''

"शक्य नाही! आमच्या घरात उड्या कोण मारणार? वानरं असतील.''

"तेच— तेच! वानरं! आम्हीसुद्धा माणसं म्हणायला तयार नाही! तुम्हीच म्हणालात, ते बरं झालं!''

मग तो इतका वेळ बडबडला नि सात्त्विक संतापानं निघून गेला की, त्याची ती घाणेरडी चप्पल हातात घेऊन त्याला नेऊन देण्याचं काम मला करावं लागलं!

मी परत आलो तेव्हा विमल म्हणाली,

"काय मूर्ख माणूस आहे!''

"हो— तूच बघ ना! स्टुपिड! उड्या म्हणे! उड्या मारायला इथं कुणाला वेड लागलंय?''

"बघा ना, कवायती करत होतो, तर म्हणे उड्या!''

"कवाईत? कसली कवाईत? कोण करत होतं इथं कवाईत?'' मी आश्चर्यानं विचारलं.

"मी हो. मुलांना शिकवीत होते कवायतीचे हात—एक दोन तीन चार—''

"तू? विमल, तू?'' तिच्या वाढत्या वेस्ट लाइनकडे मी एक चोरटा दृष्टिक्षेप टाकला.

"अहो, बालवाडीतल्या मुलांना व्यायाम नको का व्हायला? या वयात व्यायाम झाला, तर पुढं देशाला उपयोग होईल त्यांचा!''

मुलांचा देशाला कितपत उपयोग होणार होता, कोण जाणे; पण आम्हाला मात्र खरंगटे कुटुंबाचा उपयोग होईनासा झाला! रात्रीबेरात्री पाहुणे येणं, घरातली साखर संपणं, फ्यूज जाणं यांसारख्या आणीबाणीच्या प्रसंगी खरंगटे पती-पत्नी धावून आली होती. बालवाडीतील कवायतीच्या प्रकारामुळे मात्र मी एका मित्राला मुकलो!

एक गोष्ट मात्र खरी— त्या प्रसंगामुळे बालवाडीसंबंधी मला औत्सुक्य वाटायला लागलं. ही मुलांना कशी काय शिकवते, हे पाहण्यासाठी मी आतुर झालो.

एक दिवस मुद्दाम रजा घेऊन मी घरी राहिलो. बालवाडी सुरू झाल्यानंतर किचनमध्ये आरामखुर्ची टाकून वाचत बसलो. बाहेर काय चाललंय, इकडे कान दिला.

"मुलांनो, आई म्हणजे कोण?'' —हा विमलचा आवाज. मग दोन-चार

मिनिटं नुसता गोंधळ. पुन्हा विमल— "लक्षात ठेवा हं! आई म्हणजे मुलांना जन्म देते ती! म्हणा पाहू!"

"आई म्हंजे मुलांना जन्म देते ती" मुलं किंचाळली.

अरे बापरे! आईची व्याख्या एवढी कठीण असेल, असं मला आजपर्यंत वाटलं नव्हतं!

"हवा म्हणजे काय?"

यावर मुलांचा एकच गोंधळ! "बाई, मला लाडू हवा." एकानं 'हवा' हा शब्द वाक्यात वापरून दाखवला! विमल सर्वांवर—विशेषत: लाडू मागणाऱ्यावर खेकसली. मग तिनं जाहीर केलं की, "हवा म्हणजे वातावरणात संचार करणारा वारा. मुलांनो, म्हणा बघू."

"वातावरणात संचार—" मुलं घुसमटली. मग कुणीतरी वैयक्तिक अडचणीवर बोट ठेवलं— "बाई, मला शी झालीय."

"चड्डी काढ."

बापरे! ती शक्यता आजपर्यंत कधी लक्षातच आली नव्हती! मी वर्तमानपत्र तोंडावर घेऊन झोपून टाकलं!

दोन दिवसांनी ऑफिसमधून मी एक वाजता परत आलो. फणफणून ताप भरला होता. कॉटवर ताणून द्यावी म्हणून मी घरात घुसलो, तर आमच्या हॉल-कम-बेड रूममध्ये मुलांचा हा गलका! बालवाडीत ही इतकी गर्क होती की, नवरा ऑफिसमधून लवकर का आला याची तिनं नीट चौकशीदेखील केली नाही! जड मनानं व जड शरीरानं स्वयंपाकघरात खुर्ची टाकून मी बसलो. मला तत्काळ ग्लानी आली व नकळत झोप लागली.

जाग आली तेव्हा विमल उठवीत होती. "अगं बाई, तुमचं अंग तापानं भाजतंय! चला, बाहेर कॉटवर पडा."

"पण तुझी ती बालवाडी— मुलं कुठं आहेत?"

"बालवाडी सुटली. चला, हॉल रिकामा आहे आता."

मला फ्ल्यू झाला होता. डॉक्टर—गोळ्या—इंजेक्शनं! दुसऱ्या दिवशी पुन्हा ताप आला. साधारणपणे दहा वाजता मिसेस शर्मा बाहेरून मुलांना घेऊन आली. "बाई, मुलांना सोडते हं."

विमल बाहेर आली. "आज बालवाडी बंद!"

"का? आज सण नाही, रविवार नाही?"

"काही घरगुती अडचण आहे." नवरा आजारी आहे, हे सांगायला बायका का घाबरतात, कोण जाणे!

"असं काय बाई? मी अकराच्या मॅटिनीची तिकिटं काढलीयत. आमच्या दोन मैत्रिणी थिएटरवर येतील. देव आनंदचा 'जब प्यार किसीसे होता है' आहे. तीनदा पाहिला— पुन्हा पाहायचाय!"

"पण आज मुलांना ठेवून घेणं शक्य नाही!"

बराच वेळ बोलाचाली सुरू होती :

"तुम्हाला आमचं घर म्हणजे बेबी सीटिंगची जागा वाटली काय?" —हे विमलचं वाक्य. "कलसे हमारे बच्चे बालवाडी में नहीं आयेंगे।" —हा मिसेस शर्माचा निर्वाणीचा खलिता आणि "चालेल! आमचं काही बिघडत नाही!" हे विमलचे बाणेदार उद्‌गार— एवढंच मला ऐकू आलं.

माझा ताप बरेच दिवस टिकला. दिवसभर मी झोपून असायचो. दुपारी दहा ते तीन यादरम्यान विमल व कुणा मुलाची आई यांच्यातील 'प्राप्त संवादा'मुळे जाग यायची :

"अहो, पण मुलांना मावशीकडे घेऊन कसं जायचं? मुलं इथं राहतील म्हणून तर बेत केला!" पासून "इश्श, काय बाई तरी! नवरा आजारी म्हणून शाळा बंद का करायची? उद्या आमच्या ह्यांच्या साहेबानं बायको आजारी म्हणून महिनाभर ऑफिस बंद ठेवलं, तर चालेल काय?" या बिनतोड युक्तिवादापर्यंत अनेक परखड विधानं मी पडल्या-पडल्या ऐकली. त्यात माझ्या आजारपणामुळे राजापूरहून आई-वडील आले व मी खडबडीत बरा झालो तरी राहिले! त्यामुळे 'घरात पाहुणे आहेत म्हणून बालवाडी बंद', असं कारण विमलला सांगावं लागलं. दुपारी हॉलमध्ये मुलांचा दंगा— आई-वडिलांनी तेवढ्या वेळात निजायचं कसं? आईला तर खेड्यात राहायची सवय. पाखरांचा चिवचिवाट तिला खपेल, पण मुलांचा कलकलाट कसा खपवून घेईल ती? या काळात आमच्या कॉलनीतल्या अनेक कुटुंबांशी असलेले आमचे संबंध पार बिघडले—मात्र खरंगटे कुटुंबाशी जिव्हाळ्याचे संबंध पूर्ववत् प्रस्थापित झाले, हे कृतज्ञतापूर्वक नमूद केलंच पाहिजे!

सांप्रत सर्वत्र स्थिरस्थावर झालं आहे. आमची विमल दुपारी 'वनिता मंडळ' न चुकता ऐकत असते. कोंबडीच्या अंड्याचं लोणचं कसं करावं वगैरे प्रकार टिपून घेत असते आणि गुलगुलीत कादंबरीतली नायक-नायिका एकमेकांना आलिंगन देऊन दिवा मालवण्यापूर्वीच ती स्वत: गाढ झोपी जात असते!

◆◆◆

मराठी पुस्तक पहिले

प्रस्तावना

'महाराष्ट्र राज्य पाठ्यपुस्तक निर्मिती व अभ्यासक्रम संशोधन मंडळ' (हुश्श!) या शासन स्थापित मंडळाने निर्मिलेली पाठ्यपुस्तके डोळ्यांखालून घालण्याचा योग आला. 'बालभारती—पुस्तक पहिले' पाहू जाता, त्यात अजून 'बबन, कमळ बघ. छगन, कमळ बघ. गणपत, बदक बघ. सरल, गाय बघ. शरद, गवत आण. हरणास गवत घाल.' या थाटाचे पारंपरिक पद्धतीचे धडे समाविष्ट केल्याचे आढळून आले. मुलांच्या व्यक्तिमत्त्वाचा सर्वांगीण विकास व्हावा म्हणून प्रथमपासूनच बारकाईने लक्ष देणे आवश्यक आहे. भोवतालच्या सामाजिक, राजकीय, आर्थिक परिस्थितीचे प्रतिबिंब ज्यात उमटेल, अशा प्रकारचे नवे धडे पहिल्या इयत्तेच्या पुस्तकात अंतर्भूत केल्यावाचून मुलांची— पर्यायाने राष्ट्राची— प्रगती होणार नाही, असे वाटल्यावरून 'नव बालभारती'ची काही पृष्ठे नमुन्यादाखल आम्ही खाली देत आहोत. 'पहिल्या इयत्तेतील विद्यार्थ्यांना हे ज्ञान पेलेल काय?' असा प्रश्न कोणी उपस्थित करतील. त्यांचा हा प्रश्न अज्ञानमूलक आहे, असे आम्ही नम्रपणे नमूद करू इच्छितो. त्यांनी उदाहरणार्थ इंग्रजी माध्यमाच्या तिसऱ्या इयत्तेचे 'अवर ग्रेट लीडर्स' हे इतिहासाचे पुस्तक एकदा चाळावे. 'रिलिजियस रिफॉर्मर', 'सिव्हिल डिस्ओबिडियन्स मूव्हमेंट,' 'डेमॉक्रॅटिक गव्हन्मेंट', 'टु सेफगार्ड

द राइट्स ऑफ दि इंडियन्स'... आदी मंडळी त्यात आहेत! त्याचप्रमाणे 'या न्यायालयात जरी मी दोषी ठरलो तरी यावर आणखी एक न्यायालय आहे!' हे लोकमान्य टिळकांचे सुप्रसिद्ध भाषण आहे. गहन विचारांनी परिपूर्ण भरलेले हे ज्ञान सहा-सात वर्षांच्या विद्यार्थ्यांना पाजून त्यांना 'इन्स्टंट कॉफी'-प्रमाणे 'इन्स्टंट' विद्वान करण्याचा शासनाचा हा प्रयत्न स्तुत्य, अनुकरणीय, कौतुकास्पद वगैरे वगैरे आहे! बालपिढीला 'इन्स्टंट' विद्वान करण्याची ही प्रक्रिया पहिल्या वर्षापासूनच सुरू झालेली काय वाईट?

मराठी पाठ्यपुस्तकांच्या प्रपंचात एक अस्मितेचे, ऐतिहासिक जागरूकतेचे व नवविचारांच्या जोपासनेच्या जाणिवेचे मूर्त रूप म्हणून ही 'नव बालभारती' मोलाची ठरणार आहे!

१. तुळस

दाऊद, तुळस बघ.
रशीद, तुळस बघ.
याकूब, पाणी आण.
अहमद, तुळशीला पाणी घाल.

२. गाय

गाय बघा गाय, छान छान गाय
जोसेफ, चल, गाय धर.
फ्रँक, गाईला चारा घाल.
डिसूझा, ये. गाईचं दूध काढ.
अधिक वाचन : १. प्रा. ए. बी. शहा व प्रा. मे. पुं. रेगे यांचे 'सेक्युलॅरिझम' वरचे लेख.
२. प्रा. ए. बी. शहा यांची 'टाइम्स ऑफ इंडिया'मध्ये 'सेक्युलॅरिझम'वर वेळोवेळी येणारी पत्रे.

३. हरित क्रांती

सदाशिव, हा आमचा मळा
हा आमचा उसाचा मळा.
तो पहा साखर कारखाना.
बाबा ऊस साखर कारखान्यात विकतात.

साखरेची पोती घरात ठेवतात.
शहरात जाऊन रेडिओ आणतात.
शहरात जाऊन मोटार आणतात.
ताईच्या लग्नात लक्षभोजन घालतात.
अधिक वाचन : प्रा. वि. म. दांडेकर व डॉ. रथ यांचा 'पॉव्हर्टी इन इंडिया' हा प्रबंध.

४. टेकडीवरील प्रार्थनास्थाने

ती पहा टेकडी
टेकडीजवळ ओढा आहे.
टेकडीवर एक देऊळ आहे.
टेकडीवर एक चर्च आहे.
टेकडीवर एक मशीद आहे.
एकनाथ, मशिदीत जा.
गोन्साल्व्हिस, देवळात जा.
फकीर महमद, चर्चमध्ये जा.
अधिक वाचन : बायबल (नवा करार), कुराण आणि मनुस्मृती ('युक्रांद'ने जाळलेली नव्हे.)

५. धोटे धोटे

धोटे धोटे,
बोलता गोड
असेंब्लित जाऊन
झालात रोड ॥१॥
नाईक नाईक
पाईप ओढा,
द्राक्षांचे मळे पिकवा
इंदिराबाईंचे पाय धरा ॥२॥
दादा दादा
संन्यास सोडा, संन्यास सोडा
खुर्ची घट्ट धरून ठेवा
'जिजामाता' सिनेमा काढा ॥३॥

अधिक वाचन : ('हूज हू इन इंडिया')

६. आंतरभारतीय अंगतपंगत

चंपाने आणली कांदाभाकर
रतन कौरने आणली दहीसाखर
अंड्याची पोळी बेनझीरची
माशाची आमटी मरियाची
खमण ढोकळा ताराबेनचा
मेदूवडा चेंचुलक्ष्मीचा
झाडाखाली पंगत बसली
अंगतपंगत छान जमली

अधिक वाचन : २. सानेगुरुजींची पुस्तके
२. पं. नेहरूंची 'इमोशनल इंटिग्रेशन'वरील व्याख्याने.

७. आमचे घर

पहा हे आमचे घर
आमचे घर चाळीत आहे.
ही बाबांची बैठक
हेच आमचे स्वैपाकघर
हीच झोपायची खोली.
इथेच आम्ही कपडे बदलतो
इथेच आम्ही अभ्यास करतो.
इथेच ताई बाळंत झाली
इथेच दादाचे लग्न झाले.
हा पाहिलात डालडाचा डबा?
त्यात आम्ही तुळस लावतो.
मध्ये हा चौक आहे
तिथे आम्ही कॅरम खेळतो
चौकात हौद आहे. हौद खूप मोठा आहे
(नळाला पाणी नाही) वीस वर्षं रिकामा आहे.

अधिक वाचन : १. श्री. ना. पेंडसे यांची चाळीवरील दोन नाटके

८. मी कोण?

पांढरी टोपी, खादी कपडे
गांधीजींचे नाव घेतो,
तिकिटासाठी पाया पडतो.
—मी कोण?

नवसागर, गुळाची ढेप,
मोरारजींचा फोटो लावतो
पोलिसांना हप्ता देतो.
— मी कोण?

सैंया बलमा साँवरियाची
दर्दभरी गाणी म्हणते
बाथरूममध्ये पैसे ठेवते
— मी कोण?

अर्धी चड्डी, हातात काठी
प्रणाम, दक्ष, विकीर करतो
खंडो बल्लाळ शाखेत जातो
— मी कोण?

ठाणे, परळ, लालबाग
सेनापतींची पूजा करतो
उडप्याची दुकानं फोडतो
— मी कोण?

चंपा-लक्ष्मी, गोखले-भावे
साऱ्यांची मी वाट लावतो
चाळिशीच्या वयात येतो
— मी कोण?

अधिक वाचन : १. डॉ. हेडगेवार यांचे चरित्र.
२. 'सखाराम बाइंडर' नाटक.
३. 'मार्मिक'चे अंक

९. इंदिरेचे गीत

माझ्या या ओटीवर
कोण कोण येते? कोण कोण येते?

बुटासिंग येतात, स्टीफन येतात
पैसे घेऊन मोर्चे येतात
विमानं घेऊन ब्रह्मचारी येतात
सी. आय. डी. बघून पळून जातात!
म्हातारे येतात, तरुण तुर्क येतात
गिरक्या मारून निघून जातात!
साठे येतात, गाडगीळ येतात
पायावर पडून हुंदके देतात!
उद्योगपती घाईनं येतात
लाखांच्या नोटा देऊन जातात!
यशपाल येतो, संजय येतो
जीव घेऊन कोर्टाकडे जातो
माझ्या या कुंपणावर
प्रतिशिवाजी येऊन बसतात
गोड गोड गोड गोड गाणी गातात
हसत-खेळत उठून जातात
अधिक वाचन : १. मंगेश पाडगावकरांची कविता : 'पुरुषसिंह'
         २. 'ऑल दि प्राईममिनिस्टर्स मेन' : जनार्दन ठाकूर
         ३. 'बंगलोर ते रायबरेली' : वि. स. वाळिंबे

१०. गिरींची 'इंपाला' गाडी

अमुच्या 'गिरींची इंपाला' गाडी हो
अमुच्या 'गिरींची इंपाला' गाडी
कशी दौडत दौडत येई हो
कशी दौडत दौडत येई!
         नाही बिकट घाट
         सारी सपाट वाट
         मऊ गालिचे ठायी ठायी हो!
कोण कानोसा घेऊन पाही हो
कोण कानोसा घेऊन पाही!
हा तर पिलू मोदी हो
हा तर अमुचा मोदी

धरणे धरुनी मोर्चे आणुनी
मत्सर गिरींचा करतो हो!
ही आर्त हाक कोणाची हो?
ही आर्त हाक कोणाची?
हे उपाशी भारतवासी हो
हे उपाशी भारतवासी

राष्ट्रपतिनिवासात
करी सळसळ वात
गरिबी हटवत आली हो
अमुच्या गिरींची 'इंपाला' गाडी!

अधिक वाचन : १. गिरींची समग्र भाषणे
              २. 'मोटार कशी चालवावी?' : माधव मंत्री

११. स्मगलरचे गर्वगीत

हळूच या हो, हळूच या!
लपत, छपत, दबकत या!
            अमावस्येच्या अंधारी
            जमली मंडळी ही सारी
            खिशात ठेवून रामपुरी
            कमरेला लावून सुरी
हृदये अमुची इवलीशी
परि सोन्याच्या ह्या राशी!
            बोटीत ठेवू
            खिशात दडवू
            अपुला वाटा उचलाया
            हळूच या, पण हळूच या!
            कधि मोटारीआड दडू
            कधि स्कूटरवरतीहि चढू
            चिलखत घालू अंगात
            हिरेमाणके बोटांत
            मोठ्यांची दाबू मूठ
            पोलिसा देऊ साथ

पैसे उडवू
माड्या चढवू
या मंत्र्यांना भेटाया
हळूच या, पण हळूच या!

अधिक वाचन : १. 'मटका किंग'ने पत्रकारांना दिलेली मुलाखत.
२. गुरुनाथ नाईक आणि श्रीकांत सिनकर यांच्या चातुर्यकथा.

१२. मंत्र्या, मंत्र्या येतोस कोठून?

'मंत्र्या, मंत्र्या कोठून येतोस?
कोठे जातोस, कोठे राहतोस?'
'बाळ मी लांबून येतो, खेड्यातून येतो
आणि सचिवालयात शिरतो
खाली नि वर
वर नि खाली
येतो नि जातो
जातो नि येतो.'
'मंत्र्या, मंत्र्या, खरं खरं सांग
कोठून येतो? कोठे जातोस?'
'साखर कारखान्यातून येतो
सहकारी संस्थेतून येतो
झेडपीच्या हापिसातून येतो
वकिलाच्या दारातून येतो.'
'अरे, इथून निघून येतोस
हे तर खरं आहे,
पण खालून वर जातोस कसा?'
'पाच-पाच वर्षांनी इलेक्शन येतं
दिल्लीला जातो, तिकीट आणतो
श्रीमंतांच्या देणग्या घेतो
झोपडपट्टीत पैसे वाटतो.'
'पण मंत्र्या, तुझा
उपयोग काय, उपयोग काय?'
'आम्ही नसलो तर

गरिबी कोण हटवणार?
आम्ही नसलो तर
लायसेन्स कोण देणार?
झाडे सुकतील, बागा सुकतील
दारूबंदी तशीच राहील
मग खाल काय? प्याल काय?'
'खरंच मंत्र्या, किती तुझा उपयोग!'
अधिक वाचन : १. 'मी मंत्री झालो!' (नाटक) : आचार्य अत्रे.

१३. माझा भारत

माझा भारत, माझा भारत!
ऊन चांदणे झुळुझुळु वारा
इथे धनाची 'काळी' धारा
    इथे आहे पहा नाणेटंचाई
    साखरेचा साठा गडप होई
    सरकारा नाही भीडमुर्वत
    माझा भारत, माझा भारत
शाळा-कॉलेज, के. जी. मध्येही
देणगीविना प्रवेश नाही
दारिद्र्यात मुले शिक्षण घेती
उद्याची ती रम्य स्वप्ने पाहती
नोकरीसाठी करिती हांजी हांजी
मंत्र्याचा पुतण्या मारतो बाजी
बेकारीमुळे तरुण त्रस्त
    माझा भारत, माझा भारत!
    जो तो आहे खुर्चीच्या मागे
    इथे श्रमाला नाही किंमत
    कास सत्याची धरावयाची
    इथे कुणाला नाही हिंमत!
लाचबाजीतून मिळे दौलत
असा भारत, असा भारत!

◆◆◆

९. असा संशोधक! असे संशोधन!!

रामचंद्र भिकाजी ढमढेरे मराठी संशोधनक्षेत्रात पडले आणि संशोधनाची सगळी रयाच पार पालटून गेली! त्यापूर्वी मराठी संशोधक 'ज्ञानेश्वर— एक की, दोन?', 'तुकारामाच्या गाथेतील छंदोरचना', 'एकनाथ आणि अश्लीलता', 'शाहीर प्रभाकराच्या लावण्यांतील विदग्ध रसवृत्ती' —यांसारख्या फालतू विषयांवर संशोधन करून आपला वेळ व शक्ती खर्ची घालत असत. मराठी संशोधनाला नवे वळण देण्याच्या हेतूने ढमढेरे यांनी ज्या विषयांना हात घातला, त्या विषयांचा आवाका नि त्या विषयांची विविधता केवळ अद्‌भुत होती, असे म्हटले पाहिजे.

ढमढेऱ्यांनी आपल्या संशोधनाला प्रारंभ केला, तोच मुळी स्वत:च्या जन्मतारखेपासून. त्यांची आई माहेरी प्रसूत झाली, पण दुपटी वाळत घालण्यावरून ढमढेऱ्यांच्या आईचे आपल्या वहिनीशी कडाक्याचे भांडण झाले. चार दिवसांच्या रामूला— ज्या दुपट्यावरून भांडण झाले, त्याच— दुपट्यात गुंडाळून ती कर्तबगार स्त्री प्रथम आपल्या बहिणीकडे, तिथून दोन दिवसांनंतर दुसऱ्या भावाकडे आणि शेवटी बारशाच्या दिवशी आपल्या सासरी परत आली. (संशोधनासाठी वणवण भटकण्याचे बाळकडूच जणू रा. भि. ढमढेऱ्यांना मिळाले.) या गडबडीत मुलाच्या नावाची नोंद राहून गेली. शाळेत घालताना तीर्थरूपांनी आठवणीवर भिस्त ठेवून तारीख सांगितली. या चुकीच्या तारखेप्रमाणे ढमढेऱ्यांचा आयुष्याचा प्रवास सुरू झाला.

संशोधनाला वाहून घ्यायचे त्यांनी ठरवताच प्रथम अनेक शास्त्रांत त्यांनी पारंगतता मिळवली. ज्योतिषशास्त्र हे त्यांपैकी एक.

आपल्या दशम स्थानात राहू व सप्तम स्थानात गुरू का नांदतो आहे, या प्रश्नाचा उलगडा करताना, आपली कुंडली चुकीची आहे, हे त्यांच्या ध्यानात आले. लागलीच त्यांनी आजोळ, मावशीचे घर, मातुलगृह व पुन्हा स्वत:चे घर— असा प्रवास केला. आपला जन्मदिन कोणता, हे शोधून काढण्यासाठी त्यांनी जंग-जंग पछाडले. अखेर ते यशस्वी झाले आणि आपण आहोत त्याहून दोन वर्षे पस्तीस दिवसांनी मोठे असल्याचे व आपल्याला मंगळ असल्याचे (''तरी मला वाटलंच!'' —सौ. ढमढेरे. यावर ''नुसता मंगळ नाही; मला शनीचीही पीडा आहे.'' —हे ढमढेऱ्यांचे उत्तर!) ढमढेऱ्यांच्या ध्यानात आले. हा शोध त्यांना ज्या दिवशी लागला, तेव्हा ते ''युरेका—युरेका'' म्हणत आर्किमिडीजप्रमाणे धावणार होते, परंतु एक तर त्यांच्या अंगावर कपडे होते व दुसरे म्हणजे धावून जायचे कुठे, हे त्यांना माहीत नव्हते. असे असले, तरी त्यांच्या या पहिल्या शोधाचे महत्त्व आर्किमिडीजच्या शोधाइतकेच होते, हे जाणत्यांच्या लक्षात यावे. 'ढमढेरे— एक की दोन?' यासारखे शेक्सपिअर व ज्ञानेश्वर ह्यांच्यासंबंधी निर्माण झालेले प्रश्न भविष्यकाळात निर्माण होणार नव्हते; शिवाजीच्या जन्मतारखेचा जसा महाराष्ट्रात घोळ सुरू आहे, तसा घोळ त्यांच्या जन्मतारखेबाबत होण्याची शक्यता टळली.

स्वत:ची जन्मतारीख शोधून काढल्यानंतर त्यांनी दुसरे महत्त्वाचे कार्य अंगावर घेतले. या कामासाठी त्यांनी घेतलेली मेहनत ध्यानी यावी म्हणून त्यांच्या त्या संशोधनाबद्दल माहिती देणे श्रेयस्कर होईल.

लहानपणी त्यांनी बालकवींची कविता वाचली होती व बालकवींचे चरित्रही समजून घेतले होते. बालकवींच्या मृत्यूबद्दल त्यांना तेव्हापासूनच कुतूहल होते. बालकवी रेल्वेलाईन ओलांडताना अपघात होऊन वारले, हे वाचल्यापासून त्यांच्या खोल मनात जिप्सीप्रमाणे दडून बसलेला संशोधक अधूनमधून डोके वर काढीत असे. बालकवी वारले, तेव्हा ते कोणत्या लाइनला अडखळून पडले? मेन लाइन की लूप लाईन? (ढमढेऱ्यांची फूटनोट : प्लॅटफॉर्मजवळ असते ती मेन लाईन, पलीकडची लूप लाइन. दोन्हीकडे प्लॅटफॉर्म असतील तर दोन्हीकडे लूप लाइन्स असतात.) बालकवींना ज्या नशिराबाद स्टेशनवर अपघात झाला, त्या स्टेशनवर एकच प्लॅटफॉर्म असल्याचे समजल्यापासून ढमढेरे अस्वस्थ झाले होते. पदरचे पैसे खर्च करून ते त्या स्टेशनवर जाऊन आले.

मग ढमढेऱ्यांनी सेंट्रल रेल्वेच्या हेड ऑफिसकडे पत्र लिहून, त्या साली नशिराबाद स्टेशनवर कोण स्टेशनमास्तर काम करीत होते त्याची यादी मागवली. बरेच दिवस त्यांना रेल्वेकडून काळ्यापिवळ्या कागदांवर 'तुमचा अर्ज पोचला, तो विचाराधीन आहे', अशी उत्तरे आली. ढमढेऱ्यांनी शांतपणे स्मरणपत्रे पाठवण्याचा

सपाटा चालवला. एकदा त्यांना 'तुम्ही प्रॉव्हिडंट फंड घेतला आहे, तुम्हाला पेन्शन कशी मिळणार?' अशी विचारणा करणारे पत्र आले, तर त्यानंतर दोनच दिवसांनी 'तुम्ही जिवंत असल्याचे सर्टिफिकेट पाठवा, म्हणजे या वर्षीचे पेन्शन चालू राहील', असा निर्वाळा देणारा खलिता आला आणि लगोलग त्यांना दरमहा सदुसष्ट रुपयांची पेन्शनही सुरू झाली, पण यामुळे न डगमगता ढमढेऱ्यांनी रेल्वेशी पत्रव्यवहार चालूच ठेवला. अखेरीस ढमढेऱ्यांच्या चिकाटीला कंटाळून रेल्वेने त्यांना हवी होती ती माहिती पुरवली. त्या वेळी त्या स्टेशनवर एक स्टेशनमास्तर व दोन असिस्टंट स्टेशनमास्तर काम करीत असल्याची बहुमोल माहिती त्यांना मिळाली.

स्टेशनमास्तर व एक असिस्टंट स्टेशनमास्तर हयात नव्हते. त्यामुळे ढमढेऱ्यांनी समाधानाचा सुस्कारा सोडला. त्यांच्या संशोधनाच्या मार्गातील काटे जणू नाहीसे झाले होते. राहिलेले असिस्टंट स्टेशनमास्तर ढगमवार हे सदर्न रेल्वेच्या राणी बेन्नूर स्टेशनवर स्टेशनमास्तर म्हणून काम करीत होते. ढमढेरे तत्काळ राणी बेन्नूर स्टेशनवर गेले व त्यांनी ढगमवारांची गाठ घेतली.

औरंगजेबाचे संगीताशी जे नाते होते, तेच ढगमवारांचे कवितेशी असल्याने, त्र्यंबक बापूजी ठोमरे म्हणजे बालकवी— ही प्राथमिक माहिती ढमढेऱ्यांना द्यावी लागली. मूळ मुद्द्याकडे वळून ढमढेऱ्यांनी पृच्छा केली,

"तुम्ही त्या वेळी त्या स्टेशनवर होता— त्या काळात तेथे किती अपघात झाले?"

"पाच-सहा असतील— किरकोळ सोडून द्या, पण माणसं मेली अशी पाच-सहादा-"

"त्यात स्त्रिया किती होत्या?"

"तीन स्त्रिया— मला वाटतं, चारही असतील."

"छान!"

"काय छान? चार स्त्रिया मेल्या म्हणून 'छान' म्हणता?"

"तसं नाही! पुढं बोला— हे अपघात दिवसा झाले की रात्री?"

"बहुधा रात्री— एकच दिवसा झाला."

"वा! पुढं बोला! चार वाजता?"

"हो, चार वाजण्याच्या सुमारास— सेव्हन अप यायच्या वेळेला."

"सेव्हन अप कुठल्या लाइनवर यायची?"

"मेन लाइनवर—मग फोर डाऊन गाडी गेली की सेव्हन अपला लाइन क्लीअर मिळायचं—फोर डाऊन गाडी लूप लाइनवरून जायची."

"व्हेरी गुड! बालकवी 'रमाई'चा ध्यास घेऊन मेन लाइनवरून चालले होते. मध्येच लूप लाईन क्रॉस करू लागले—तेवढ्यात— वा! फारच छान!"

"अहो, तुम्ही म्हणताय काय? एक माणूस लाइन क्रॉस करताना मरतोय, तुम्ही 'वा' काय म्हणताय, 'व्हेरी गुड' काय म्हणताय?"

पण ढमढेरे केव्हाच राणी बेन्नूर स्टेशनवर आले होते. तेथून पुण्याला येऊन त्यांनी आपला महत्त्वाचा शोध जाहीर केला : 'बालकवींचा अपघात— मेन की लूप?' संशोधनपर बेचाळीस पानी पेपर त्यांनी प्रसिद्ध केला, तेव्हा मराठी संशोधनक्षेत्रात एका नव्या पर्वाला सुरुवात झाली.

यानंतर रा. भि. ढमढेरे यांनी मागे वळून कधीच पाहिले नाही. ते पुढे जात राहिले. अनेक महत्त्वाचे विषय त्यांनी हाताळले.

'आगबोटीच्या डेकवर उभी राहून सृष्टिसौंदर्य न्याहाळणाऱ्या तरुणीस' ही कविता केशवसुतांनी गुरुवारी लिहिली, तर 'राजहंस माझा निजला' ही कविता गोविंदाग्रजांनी लिहायला प्रारंभ केला तेव्हा श्रावण वद्य त्रयोदशी होती—हे महत्त्वाचे संशोधन ढमढेऱ्यांनी केले. ज्ञानकोशकार केतकर रस्त्यावरून जाताना भजी खात. ही भजी ते 'धी बॉम्बे रेणुका अंबा भुवन उपाहारगृह' या हॉटेलमधून विकत घेत, हा शोध लावताना उपाहारगृहे चालविणाऱ्या समस्त मऱ्हाटी माणसांची वंशावळच त्यांना तपासावी लागली. (हॉटेलचा धंदा तोपर्यंत उडप्यांच्या हातात गेला नव्हता, असे यावरून दिसते.)

'लौकिकासाठी या पसाऱ्यांचा गोवा ।
काही नाही देवा लागो येत ॥
ढवळिया मने वितळिले रूप ।
नाव ऐसे पाप उपाधीचे ॥'

हा तुकारामाचा अभंग (१९५५ ची सरकारी प्रत, अभंग क्रमांक २५७७) वाचताच त्यांच्या संशोधनप्रवृत्तीला आव्हानच मिळाले. पहिल्या ओळीतील 'गोवा' या शब्दाचे गोव्याशी नाते नाही, हे सिद्ध करण्यासाठी ढमढेरे गोव्यालासुद्धा जाऊन आले. कोणत्याही गोष्टीची शहानिशा केल्यावाचून ती स्वीकारायची नाही, असा त्यांचा बाणा आहे.

या त्यांच्या बाण्याच्या परिणामी क्वचित त्यांचे संशोधन टीकाकारांच्या कुत्सितपणाचा विषय झाले आहे, पण त्याची त्यांना पर्वा नाही. पर्वा करीत बसण्याइतकी त्यांना सवडही नाही. कोल्हटकरांच्या जन्मशताब्दीनिमित्त ते कोल्हटकरांचे काही दुर्मिळ लेख शोधत असताना घडलेली घटना सांगण्यासारखी आहे :

कोल्हटकरांच्या विनोदावरील एक लेख त्यांना मुंबईच्या फूटपाथवरच्या

असा संशोधक! असे संशोधन!! / ७५

एका पुस्तकविक्रेत्याकडे मिळाला. अंक जुना होता. पुढची व मागची पाने पार फाटून गेली होती. कोल्हटकरांचा लेख पुढची दोन पाने व मागची दोन पाने एवढाच मजकूर त्यांना त्या जुन्या मासिकात मिळाला. हे पाहताच ढमढेरे फारच खूष झाले. कोल्हटकरांच्या लेखांचा काल शोधून काढायचा म्हणजे त्यांच्या संशोधनकार्याला आव्हानच होते. लागलीच ते त्या कार्याला लागले.

घरी आणून त्यांनी ते मासिक उलटसुलट चाळून पाहिले. अगदी बारकाईने पाहिले. पहिल्या दोन पानांवर एक-दोन कविता होत्या. एक कविता 'रस्त्यांवरून जाणाऱ्या स्त्रीच्या केसांतून गळून पडलेल्या फुलाच्या वेणीस-' ही होती. तीवरून हे मासिक केशवसुतांच्या पूर्वीचे नसावे याबद्दल त्यांची खात्री झाली. दुसरी कविता—

'चला हो चला । उठा हो उठा ।

भारतमाता स्वतंत्र करू ।।

चरख्यावर सूत कातू ।

देश रक्षण्या प्राण अर्पू ।।'

अशी वीररसपूर्ण होती. चरख्याच्या उल्लेखावरून मासिक एकोणीसशे वीस सालानंतरचे असावे, एवढा मुद्दा स्पष्ट होत होता.

ढमढेऱ्यांनी शेवटची दोन पाने तपासली. एका पानावर श्री. गोविंद कोंडो साखरदांडे या एका तरुणाचा फोटो होता. तो नुकताच बी. ए. पास झाला होता आणि 'अभिनंदन' असा फोटोखाली मजकूर होता. शेवटच्या पानावर 'कुडाळ-देशकर को-ऑपरेटिव्ह बँके'ची जाहिरात होती. बँकेचे खेळते भांडवल, वसूल भांडवल आदी तपशील जाहिरातीत होता.

ती रात्र ढमढेऱ्यांनी बिछान्यावर तळमळून काढली. अनेक दुवे ते एकमेकांशी जुळवीत होते. कधी एकदा सकाळ उजाडते आणि आपण कामाला लागतो, असे त्यांना होऊन गेले होते.

सकाळी ते उठले आणि त्यांनी कुडाळदेशकर बँकेचे हेड ऑफिस गाठले. ''मला बँकेच्या स्थापनेपासूनचे सर्व अहवाल पाह्यचे आहेत.'' ढमढेऱ्यांनी मॅनेजरला भेटून सांगितले.

मॅनेजर प्रथम चमकले. ही काही सरकारी किंवा इन्कमटॅक्सची भानगड नाही ना, म्हणून ते मनातल्या मनात घाबरलेसुद्धा.

''कशासाठी?'' त्यांनी धीर करून विचारले.

''मला कोल्हटकरांच्या लेखाचा महिना व वर्ष शोधून काढायचे आहे.''

मॅनेजरने ढमढेऱ्यांना आपादमस्तक न्याहाळले. धोतर, कुडता, उपरणे या वेषातील ही व्यक्ती फारशी धोकेदायक नाही, अशी त्याची खात्री पटली. मग तो

खो-खो हसू लागला.

"हसायला काय झालं? कोल्हटकर विनोदी लेखक असले म्हणून त्यांचं नाव काढताच हसायला पाहिजे, असा काही कायदा नाही!" मराठी संशोधकांचा उपजत खवचटपणा ढमढेऱ्यांच्या हाडीमाशी मुरला होता.

"तुम्हाला एक विनोद सांगतो." मॅनेजर म्हणाला.

"सांगा— लौकर सांगा! मला वेळ नाही!" ढमढेरे घोड्यासारखे फुरफुरत म्हणाले,

"एका मास्तरानं विद्यार्थ्यांना विचारलं, समोरच्या झाडाची उंची वीस फूट आहे, तर माझं वय काय? एक कार्ट ओरडलं, मी सांगतो. त्यानं काय सांगितलं असेल? सांगा बघू?"

"काय सांगितलं? लवकर सांगा— मला वेळ नाही!" ढमढेरे फारच चिडले होते, पण काय करणार? अडला संशोधक, बँकरचे पाय धरी!

"अहो, तो म्हणाला, तुमचं वय छत्तीस. तर मास्तर कौतुकानं म्हणाले, तुला कसं कळलं रे, गुलामा? तर तो मुलगा काय म्हणाला असेल; सांगा पाहू?"

"तुम्हीच सांगा! मला नाही वेळ—"

"छा! कसले तुम्ही संशोधक हो! तर तो मुलगा म्हणाला, आमच्या शेजारी एक हाफमॅड राहतो—त्याचं वय आहे अठरा, म्हणून तुमचं वय छत्तीस! हा हा हा! द्या टाळी!"

मॅनेजरला टाळी न देता ढमढेरे विचारू लागले, "हा विनोद सांगायचा मतलब?"

"अहो, झाडाच्या उंचीचा नि मास्तरच्या वयाचा संबंध काय? तुमच्या त्या कोल्हटकरांच्या लेखाचा नि आमच्या बँकेच्या ताळेबंदाचा संबंध काय?"

"ते नंतर सांगतो—"

अखेरीस मॅनेजरने बँकेचे सर्व अहवाल ढमढेऱ्यांपुढे टाकले. 'पाहा झाडाची उंची!' म्हणून तो आपल्या कामाला लागला.

ढमढेऱ्यांनी चार-पाच दिवस रोज दहा-दहा तास बसून ताळेबंद तपासले. फाटक्या मासिकात आढळलेल्या जाहिरातीत दाखवलेला ताळेबंद १९२८ च्या ताळेबंदाशी जुळला. त्या दिवशी ढमढेरे इतके खूष झाले की, त्यांनी आपल्या 'बालकवींचा अपघात— मेन की लूप?' या विद्वत्ताप्रचुर प्रबंधाचा एक ऑफप्रिंट मॅनेजरला नजर केला. मॅनेजरने 'लूप' शब्दावर केलेल्या विनोदावर ते पोट धरधरून हसले आणि शीळ घालीतच ते घरी आले.

एवढ्यावरच ते थांबले नाहीत. थांबले तर मग ते ढमढेरे कसले! तेथून ते

तडक मुंबई विद्यापीठात गेले. ओळख काढून त्यांनी जुन्या फायली मागवल्या. श्री. गो. कों. साखरदांडे १९२८ मध्ये बी. ए. झाल्याची खातरजमा करून घेतली.

स्वत:च्या संशोधनकौशल्यावर खूष होऊन ते घरी आले आणि आपल्या संशोधनावर त्यांनी पन्नास-साठ पानांचा प्रदीर्घ प्रबंध लिहिला. कोल्हटकरांचा तो लेख १९२८च्या जून किंवा जुलै महिन्यात प्रसिद्ध झाला असावा, असा निष्कर्ष त्यांनी काढला आणि कोल्हटकरांवर एक प्रचंड ग्रंथ प्रकाशित केला जाणार होता, त्या ग्रंथाच्या संपादकाकडे त्यांनी तो पाठवून दिला.

चार दिवसांनी तो लेख परत आला. त्याबरोबर संपादकाचे पत्र होते. 'कोल्हटकरांच्या लेखसंग्रहात सदरहू लेखाचा समावेश आहे आणि लेखाच्या खाली 'जून १९२८' असा प्रकाशनकाल नमूद आहे, हे मी आपल्यासारख्या थोर, दीर्घोद्योगी व करड्या नजरेच्या संशोधकाच्या नजरेस आणून देऊ इच्छितो...'

ढमढेऱ्यांनी शांतपणे उत्तर लिहिले : 'स्वत:ची खातरजमा करून घेतल्याशिवाय मी कोणत्याच गोष्टीवर विश्वास ठेवत नाही. कोल्हटकरांच्या लेखसंग्रहात जी तारीख नमूद केली आहे, ती खरी कशावरून मानायची? ज्या बाबतीत मला कळते, त्या बाबतीत मी कुणाचेच ऐकत नाही—प्रत्यक्ष लेखकाने स्वहस्ते लिहून ठेवले असले, तरी मी ते पारखून घेतो!'

आपला पत्रव्यवहार ढमढेऱ्यांनी सांभाळून ठेवला आहे. सन २०७२ मध्ये निघणार असलेल्या 'विश्रब्ध शारदा'मध्ये तो प्रसिद्ध होईल, असा त्यांना विश्वास आहे.

मागे मी त्यांना भेटायला गेलो, तेव्हा ते पुस्तकांच्या ढिगाऱ्यात बुडून गेले होते. अनेक रुमाल, कागदपत्रे, इतिहास, भूगोल, अर्थशास्त्रावरची पुस्तके यांचा ते आळीपाळीने समाचार घेत बसले होते.

"काय— काहीतरी नवे संशोधन चाललेलं दिसतंय!'' मी पुस्तकांच्या ढिगाऱ्यावरून नजर फिरवीत म्हणालो.

"हो ना. गडकऱ्यांसंबंधी एक स्फोटक शोध मी लावला आहे, परंतु सगळे पुरावे गोळा केल्याशिवाय तो लोकांपुढं आणणार नाही— ती माझी नेहमीची सवय आहे!''

मला आश्चर्य वाटले. त्यांच्याभोवती जी पुस्तके पडली होती, त्यात गडकऱ्यांचे वा गडकऱ्यांसंबंधीचे एकही पुस्तक नव्हते; इतकेच नव्हे, तर साहित्यविषयक एकही ग्रंथ मला आढळला नाही. माझे आश्चर्य मी त्यांना बोलून दाखवले.

ते हसले. "माझ्या संशोधनपद्धतीचं हेच तर वैशिष्ट्य आहे! आपल्याकडल्या इतर फालतू संशोधकांना साहित्य सोडल्यास आणखी कशाचीच माहिती नसते.

सगळे बैल आहेत— डोळ्यांवर ढापणं बांधून घाण्याभोवती फिरणारे! संशोधक बहुश्रुत पाहिजे. किंबहुना, साहित्याविषयी संशोधन करणाऱ्यांना एक वेळ साहित्यविषयक माहिती फारशी नसली तरी चालेल; पण त्याला इतिहास, अर्थशास्त्र, जीवशास्त्र या सगळ्या शास्त्रांचं संपूर्ण ज्ञान हवं. आता हेच पाहा ना— आता मी जे संशोधन करतो आहे—''

''काय संशोधन चाललंय तुमचं?'' मला उत्सुकता वाटत होती.

''एकच प्याला हे नाटक गडकऱ्यांचं नसून हरी नारायण आपटे यांचं आहे, हे मी सिद्ध करणार आहे!'' ते विजयी मुद्रेने म्हणाले.

मी खुर्चीवरून उडालोच!

''वाटलंच मला, तुम्हाला धक्का बसणार! सारा महाराष्ट्र हादरणार आहे! गडकरीभक्त माझ्यावर आगपाखड करतील, माझे हितशत्रू मला मूर्खात काढतील; पण भरभक्कम पुरावा देऊन सिद्ध केलेली गोष्ट प्रत्यक्ष ब्रह्मदेवालाही नाकारता येणार नाही! सत्याला पर्याय नाही!''

''आतापर्यंत किती पुरावा हाती लागला?''

''पुष्कळ! गडकऱ्यांनी ते नाटक १९१७ मध्ये लिहिलं, असं सर्व लोक मानतात. तो काळ पहिल्या महायुद्धाचा. लोकांचं चित्त ठिकाणावर नव्हतं. गडकरी खरेखुरे कविमनाचे. त्यांना तर त्या काळात दारूवर नाटक लिहिणं सुचणारच नाही! हे पाहा, मी पहिल्या महायुद्धावरचे किती ग्रंथ गोळा केले आहेत! १९१७ मध्ये नेमकं काय काय घडत होतं, हिंदुस्थानामधील परिस्थिती काय होती, हे पाहिलं की माझ्या मुद्द्याला अधिकाधिक बळकटी येते!''

''पण हे नाटक हरी नारायण आपटे यांचं आहे, याला पुरावा काय?''

''आपट्यांची एक दीर्घकथा आहे 'अल्प चुकीचा घोर परिणाम.' विष्णुपंत आणि लक्ष्मीबाई यांची ही कथा आहे. आपट्यांनी आपल्या या दीर्घकथेवरूनच 'एकच प्याला' हे नाटक लिहिलं. त्या नाटकाचं नाव 'एकच प्याला', ही गडकऱ्यांची कल्पना. आपट्यांनी नाटकाचा शेवट सुखान्त केला होता. गडकऱ्यांनी त्यांना तो बदलायला लावला. अत्रे हे गडकऱ्यांचे शिष्य. त्यांनी 'संपूर्ण गडकरी'ला लिहिलेली दीर्घ प्रस्तावना वाचा. त्यांनी आपट्यांच्या त्या दीर्घकथेचा उल्लेख केला आहे, पण गडकऱ्यांनी त्या कथेवरून नाटक लिहिलं, असं त्यांना वाटतं. तेही चकले. अहो, भले-भले चकले— तिथं त्यांचं काय?''

''पण आपट्यांनी कधी तसं जाहीर केलं नाही?''

''आपट्यांनी आपल्या दोन स्नेह्यांना लिहिलेली पत्रं रोमच्या लायब्ररीत उपलब्ध आहेत, अशी माहिती मला मिळाली आहे. रोमला जाण्याचा योग आला

की त्यांची मायक्रोफिल्म काढून मी आणणार आहे. आणखी बरेच पुरावे माझ्याकडे आहेत. एक महत्त्वाची गोष्ट सांगायची राहिलीच की! ऐका आणि हतबुद्ध व्हा!''

''सांगा— लवकर सांगा—''

''गडकऱ्यांची कुंडली मी प्रयत्नानं मिळवली. उपाध्येशास्त्री हे महान होरारत्न; त्यांच्याकडे पंधरा दिवस जाऊन बसलो. अहो, गडकऱ्यांच्या कुंडलीतला दशम स्थानातला गुरू १९१६ मध्ये जो बेपत्ता झाला, तो १९१८ मध्ये परत आला! मग १९१७ मध्ये नाटक काय लिहितात? उगाच भलतंसलतं मी नाही स्वीकारणार! आपल्याकडे लोक काहीही डोळे मिटून खपवून घेतात!''

''यापुढला काही संशोधनविषयक कार्यक्रम?''

''वेळच हवा. संशोधनाला आपल्याकडे भरपूर वाव आहे! 'आनंदी गोपाळ'-मधली आनंदीबाई जोशी मागच्या शतकातली नव्हती, विसाव्या शतकातली होती, असं मी सिद्ध करणार आहे!''

''बाप रे! ते कसं काय?''

''सोपं आहे. श्री. ज. जोशांनी तिचा पदर समुद्रकिनाऱ्यावर भुरूभुरू उडत असलेला दाखवला आहे. एकोणिसाव्या शतकात स्त्रिया पदर असा घट्ट घेत की, तो उडण्याची शक्यताच नाही! तिचा पदर तसा उडत होता—म्हणजे ती याच शतकातली असली पाहिजे. कादंबरीतला पॉकेट-कॅमेऱ्याचा उल्लेखही माझ्या या शोधाला पुष्टी देतो. पॉकेट-कॅमेऱ्याचा शोध या शतकात लागला. कॅमेऱ्यावर वीस-एक पुस्तकं मी वाचून काढली आतापर्यंत!''

ढमढेऱ्यांच्या संशोधनप्रतिभेला मनोमन वंदन करीत मी तिथून निघालो. रामचंद्र भिकाजी ढमढेरे हे मराठी साहित्याचा इतिहास आमूलाग्र बदलून टाकणार आहेत, याविषयी माझ्या मनात कोणताही संदेह नाही!

◆◆◆

१०. 'पाळणा बंद' आणि मराठी साहित्यिक

एका भल्या सकाळी मुंबईतल्या काही निवडक साहित्यिकांच्या हातात खाकी रंगाचे लखोटे पडले; तेव्हा लखोट्यांवरचे अस्पष्ट ठसे, अशोकस्तंभाची सर्व्हिस तिकिटं आणि डिस्पॅच क्लार्कची अगम्य सही पाहून समस्त चाणाक्ष साहित्यिकांच्या छात्या आनंदानं धडधडू लागल्या. थरथरत्या हातांनी त्यांनी लिफाफा फोडला. पिवळ्या कागदावरली अस्पष्ट अक्षरं मोठ्या प्रयासानं लावल्यावर त्यांच्या ध्यानात आलं : पत्र एका मंत्र्यांच्या थर्ड पी. ए. च्या फर्स्ट डेप्युटी सेक्रेटरीनं लिहिलं आहे. सरकार पुढल्या वर्षी 'पाळणा बंद' मोहीम सुरू करणार आहे व ही मोहीम यशस्वी करण्यासाठी शासनाला साहित्यिकाचं सक्रिय सहकार्य हवं आहे! त्यासंबंधी चर्चा करण्यासाठी मंत्रीमहाशयांना निवडक साहित्यिकांची पुढल्या आठवड्यात भेट घ्यायची आहे...

एका महत्त्वाच्या कामासाठी शासनाला आपली आठवण व्हावी याचा, ज्यांना हे पत्र मिळालं त्या सर्व साहित्यिकांना अभिमान वाटू लागला. आपली निवडक साहित्यिकांत गणना होते, हे कळल्यावर तर अनेकांचा आनंद गगनात मावेना. ज्यांना हे लखोटे मिळाले होते व ज्यांच्या घरी टेलिफोन होते, त्यांच्या टेलिफोनचे कॉल्स त्या आठवड्यात एकाएकी वाढले.

लोकप्रिय कादंबरीकार शशिकांत खटावकर यांनी दुसरे एक कादंबरीकार दत्तू कशाळकर यांना फोन केला, "काय—आलं का?"

"काय आलं का?"

"ते हो—"

"अहो, पण ते म्हणजे काय?"

"असं वेड घेऊन पेडगावला जाऊ नका! ते महत्त्वाचं पत्र—"

"हे पाहा, सस्पेन्स कादंबरीत हे ठीक आहे, पण—"

"सरकारचं आमंत्रण हो! पुढल्या गुरुवारी दुपारी तीन वाजता सचिवालयात बैठक आहे— मंत्रीमहाशयांची!"

"नाही बुवा! मला नाही आलं! तुम्हाला आलं?"

"अर्थात! निवडक साहित्यिकांनाच आहे!"

"मग मलासुद्धा यायला हवं होतं! पोस्टात गहाळ झालं काय? चौकशी करतो—"

दत्तू कशाळकरांना आमंत्रण नाही हे समजल्यावर, सरकारी आमंत्रण आल्यामुळे शशिकांत खटावकरांना जेवढा आनंद झाला होता त्याहून अधिक आनंद झाला. फोन खाली ठेवता-ठेवता ते न राहवून पुटपुटले, "आयला, या लेकाला कोण आमंत्रण देतोय!"

पण खटावकरांचा फोन आल्यापासून कशाळकर मात्र अस्वस्थ झाले होते. त्यांनी दोन दिवस पोस्टमनची वाट पाहिली व मग 'जनमनाच्या कानोशा'त पत्र पाठवून दिलं :

'शासनाने एक महत्त्वाचे पत्र पाठवले होते, पण पोस्ट खात्याच्या हलगर्जीपणामुळे ते गहाळ झाल्याचे दिसते. स्वातंत्र्य मिळून तीस वर्षे होत आली— पण पोस्टाच्या कारभारात सुधारणा नाही! सरकार इकडे लक्ष देईल काय?'

हे पत्र छापून आल्यावर कशाळकर या मीटिंगला हजर राहायला मोकळे झाले!

तो खाकी लखोटा पोस्टमननं टाकला त्या वेळी, ठाण्याच्या उदयोन्मुख कथालेखिका अरुंधती दातार एक कथा लिहिण्यात मग्न होत्या. आदल्या रात्री त्यांचं नवऱ्याशी कडाक्याचं भांडणं झालं होतं. त्या तिरीमिरीत अरुंधती दातार नायिकेला विष पाजून नायकाला फासावर लटकवणार होत्या, पण पोस्टमनच्या आगमनानंतर नायक-नायिकेचं दैव फिरलं. नायिका व नायक अनुक्रमे हॉस्पिटलात व तुरुंगात जाण्याऐवजी एकमेकांच्या हातात हात घालून बोहल्यावर चढले! नवरा ऑफिसला गेला होता. अरुंधती दातार शेजारी गेल्या व बेल वाजवून त्यांनी गोडबोलेबाईंना विचारलं, "संकष्टी कधी हो?"

"अय्या— कालच नव्हतं का आपण कॅलेंडर पाहिलं?"

"विसरले हो."

''पुढल्या गुरुवारी आहे.''

''अगं बाई! मला या वेळी संकष्टी करता नाही यायची!''

''ते का?''

''अहो, सरकारचं पत्र आलंय ना?''

''संकष्टी करू नका म्हणून? काय बाई सरकार तरी! नको तिथं नाक खुपसतं!''

''संकष्टीबद्दल नाही हो. महत्त्वाची मीटिंग आहे— पुढल्या गुरुवारी. साहित्यिकांना बोलावलंय!''

''मग आमच्या वैनींना आमंत्रण असेल की! ती लिहिते ना कथाबिथा मासिकांतून! परवा वनिता मंडळात तिनं कथा वाचली होती. सरकारनं ऐकली असणारच!''

''अहो, पण सगळ्या साहित्यिकांना नाही बोलावलेलं— निवडक साहित्यिकांना—''

''विचारलं पाहिजे वहिनींना, तुम्ही निवडकमध्ये जमा होता का म्हणून?''

अरुंधती दातारांना आमंत्रण आल्याचं कळताच ठाणे परिसरातल्या साहित्य वर्तुळात एकच खळबळ उडाली.

''अहो उल्काताई, अरुंधतीबाईंचं कळलं ना?''

''कुठलं, ते आमंत्रणाचं ना? न कळायला काय झालं? पिवळं पत्र पर्समध्ये घालून तर फिरत असते!''

''आपल्याला नाही बोलावलं— तिलाच कसं काय बोलावलं? तिचा एक संग्रह प्रसिद्ध झाला आहे, तोही तिच्या नवऱ्यानं प्रकाशकांना घरी बोलावून पार्टी - बिर्टी दिली म्हणून!''

''अहो, तेवढ्यानं काय झालंय? निम्मे पैसे नवऱ्यानं दिले, छपाईचे—''

''होऽ का? हे नव्हतं माहीत! पण तिला आमंत्रण— तुम्हाला का नको? कणकवलीच्या 'कोकण वैभव' मासिकानं लावलेल्या स्पर्धेत तुम्हाला तिसरं पारितोषिक मिळालं होतं—''

''इश्श, त्यात काय एवढं! तुम्ही तर आग्नेय रत्नागिरी महिला साहित्य संमेलनाच्या स्वागताध्यक्ष होता की!''

''त्याचं तुमच्यासारख्यांना कौतुक! सरकारला आहे का त्याचं काही? तर, अरुंधतीबाईंच्या मावसबहिणीचा दीर सचिवालयात आहे, त्याच्यामुळे मिळालं तिला आमंत्रण—''

''खरंच? आमच्या ह्यांचे शाळासोबती सचिवालयात अपर की लोअर

सचिव आहेत— ह्यांना सांगितलं पाहिजे—''

"माझंही नाव लक्षात असू द्या बरं का! विसरलेच मी—रत्नागिरीहून हापूसचे आंबे पाठवले आहेत माझ्या आईनं. डझनभर पाठवून देते उद्या-परवा! ते बघा बरं का आमंत्रणाचं?''

गिरगावमधल्या कवींनी घाटकोपरच्या कवींना फोन केला—

"पुढल्या रविवारी माळशिरस तालुक्यात ग्रामपंचायतीपुढं आपल्या तिघांना काव्यवाचन करायचं आहे, लक्षात आहे ना? मी प्रभाला फोन केलाय.''

"रविवारी आहे ना काव्यवाचन? बरं झालं बाबा! गुरुवारी असतं तर जमलं नसतं!''

"का रे बाबा? गुरुवारी कविता म्हणायच्या नाहीत, असा वसा घेतलायस की काय तू?''

"नाही रे, शासनात एका महत्त्वाच्या विषयासंबंधी सल्लामसलत करायला बोलावलंय! समाजाची काही बांधिलकी असतेच की नाही? समाजाशी, शासनाशी फटकून वागून कसं चालेल?''

"तुला एकट्यालाच बोलावलंय?''

"नाही रे बाबा— आणखी चार टाळकी आहेत— पण ती नावाला!''

"कमाल आहे!''

"कसली कमाल?''

"मी वीस कलमी कार्यक्रमावर आतापर्यंत चाळीस कविता केल्या असतील आणि मला शासनानं अनुल्लेखानं मारावं— अं?'' सैरंध्रीच्या महालात आल्यावर कीचक जसा बोलला असेल तशा, आवाजात कविराज उद्गारले.

एका अतिउत्साही साहित्यिकांचा तर गुरुवारी कोणता पोशाख घालावा, कोणतं अत्तर चोपडावं, पायात सुटसुटीत चपला ठेवाव्यात की शूज चढवावेत, यासंबंधीचा निर्णय गुरुवार सकाळ उजाडली तरी होईना. दरम्यान, कुणाकडून जर्किन आण, कुणाकडून फरकॅप घेऊन ये, अशा निमित्तानं आपल्याला मंत्र्यांनी बोलावल्याची व लवकरच कदाचित दिल्लीला पंतप्रधानांकडे जावं लागणार असल्याची भरपूर जाहिरात उपरोक्त अतिउत्साही साहित्यिकांनी केली होती.

गुरुवार दुपार एकदाची उगवली. उगाच उशीर नको, म्हणून समस्त साहित्यिक दुपारी दोन वाजताच सचिवालयात गोळा झाले. बसनं येणं बरं दिसणार नाही म्हणून कुणी कधी नव्हे ते टॅक्सी करून आले होते. पावणेचारपर्यंत मंडळी ताटकळत होती. शेवटी मंत्रीमहाशयांनी साहित्यिकांना आत बोलावलं.

मंत्रीमहाशयांनी सर्वांचं स्वागत केलं. "तुम्ही सर्व आमच्या निमंत्रणाला मान देऊन आलात, याचा आम्हाला खूप आनंद वाटला! साहित्यिक म्हणजे समाजाचे आपलं काय म्हणतात— ते हे असतात. कथा, कादंबऱ्या, कविता तुम्ही लिहीत असताच. काही दिवस तरी त्या फालतू गोष्टी बाजूला ठेवून समाजाला आपलं— काय म्हणतात— ते हे करावं, अशी आमची इच्छा आहे-" अशी सुरुवात करून, भारतात लोकसंख्येचा प्रश्न किती बिकट झाला आहे, महाराष्ट्र त्याबाबतीत काय करत आहे, 'एक वर्ष पाळणा बंद' मोहिमेमुळे दर दिवशी चौऱ्याण्णव पूर्णांक एकदशांश मुलं जन्माला येण्याचं कसं थांबेल, हे नामदार मंत्र्यांनी हृदयद्रावक भाषेत समजावून दिलं. एकदशांश मुलांची भानगड साहित्यिकांना नीटशी कळली. नाही, पण शासनाला सल्ला देण्याऐवजी प्रश्न विचारणं उचित न वाटल्यानं साहित्यिकांनी त्या चमत्कारिक आकड्याकडे दुर्लक्ष केलं.

"तर बोला— तुम्ही साहित्यिक मंडळी आम्हाला ही मोहीम यशस्वी करण्यासाठी काय काय मदत करू शकाल?"

"प्रथम मला शासनाचं एका बाबतीत अभिनंदन केलं पाहिजे," एक विनोदी लेखक आपल्या चष्म्याच्या काचा पुशीत म्हणाले, "पाळणा बंद हे नाव चांगलं आहे. मागं 'पाळणा लांबवा' अशी घोषणा झाली, तेव्हा अनेकांनी शासनाची आज्ञा प्रमाण मानून पाळणे लांबवले! आमच्या छोट्या गावात पाळण्याच्या पंचवीस-तीस चोऱ्या झाल्या! हॅ हॅ हॅ!" आपण एकटेच हसतो आहोत, हे ध्यानात येईपर्यंत विनोदी लेखक हसत होते.

"पाळणा एकच वर्ष बंद का म्हणून? माझं तर असं ठासून—खॉक् खॉक्—ठासून म्हणणं आहे की, पुढली दहा वर्षं पाळणा बंद मोहीम चालू ठेवावी—खॉक् खॉक्-" एक सत्तर वर्षांचे साहित्यिक खोकत म्हणाले. नुकतीच एरंडेल तेलाची वाटी संपवल्यासारखा त्यांचा चेहरा पाहून कुणीही ओळखलं असतं की, हे टीकाकार आहेत!

"चांगली सूचना आहे! अवश्य विचार करू! लिहून घ्या हो ही सूचना—" मंत्रीमहाशयांनी सेक्रेटरीला सांगितलं. स्वत: मंत्री सत्तरीच्या जवळपास आले होते. समवयस्क माणसाची सूचना त्यांना आवडल्यावाचून राहिली नाही.

"ते दहा वर्षांचं नंतर पाहू— एका वर्षांत काय करता येईल, त्याचा विचार झाला पाहिजे!" एक तरुण कथाकार उद्‌गारले.

"पुढच्या वर्षभरात कथालेखकांनी नायक-नायिकेचं लग्न लावता कामा नये!" संतवाङ्मयाचे गाढे अभ्यासू ह. भ. प. शेंदवणकर म्हणाले,

"पण लग्न लावलं म्हणून काय बिघडणार आहे?"

"अहो, लग्न लागलं म्हणजे मधुचंद्र आलाच! 'आकाशातला चंद्र पाहू की धरणीवरला?' वगैरे नायकाचे गुलगुलीत संवाद झाल्यावर हे कथालेखक दिवा मालवून टाकणार! त्यांना एकांतात तसंच सोडून हे कथालेखक बाहेर जातील की काय? नाव नको! कथालेखकाचे मांजरासारखे डोळे! काळोखातलं सगळं दिसतं त्यांना! नायकानं काय काय केलं, तिला काय काय वाटलं— दोन-तीन पानं वर्णन!"

"अहो, मग त्यामुळे काय होतं? 'पाळणा बंद' वर्षाशी या गोष्टीचा संबंध काय?"

"तरुण-तरुणींनी या कथा वाचल्या की पाळणा बंदचा बोजवारा!"

"त्यापेक्षा पहिल्या रात्री तुम्ही नायक नायिकेला वीस कलमी कार्यक्रमावर चर्चा करायला लावा. पाळणा बंद आणि वीस कलमी कार्यक्रमाचा प्रसार— एका दगडात दोन पक्षी!"

"दोन का? एकवीस म्हणा एकवीस!"

"नाटककारांनी निपुत्रिक पती-पत्नीची दुःखं रंगवता कामा नयेत!" एक कवी म्हणाले, "मूल नसल्यामुळे तळमळणाऱ्या वांझ बाईच्या जिवावर हे नाटकवाले तुफान पैसा मिळवतात! एक वर्ष अशी नाटकं बंद!"

"हे कवी कमी असतात की काय!" घाव वर्मी बसलेला असूनही तसं न दाखवता एक नाटककार म्हणाले, ...'बाळा होऊ कशी उतराई? तुझ्यामुळे मी झाले आई!', 'बाळा जो जो रे! लडिवाळा। वेल्हाळा!' असली गाणी रात्री दहा वाजता 'आपली आवड'मध्ये लागली की साडेदहापूर्वीच नवपरिणित वधू लाडात येऊन नवऱ्याला म्हणणार..."

"हां, हां— आलं ध्यानात! मग म्हणणं काय तुमचं?"

"म्हणणं काही नाही! या प्रकारची गाणी वर्षभर रेडिओ-टी. व्ही.वरून बंद! मासिकं सेन्सॉर करून वात्सल्याला चिथावणी देणाऱ्या कविता काढून टाकाव्यात!"

"कवींनी करावं काय मग?"

"छोट्या-छोट्या चार ओळींच्या कविता लिहायच्या आणि खेड्यापाड्यांत पसरवायच्या : 'पाळणा बंद हो पाळणा बंद!' यमक जुळवायला मंद, धुंद, कुंद वगैरे शब्द भरपूर आहेत मराठीत! 'होऊ नका प्रेमाने धुंद! पाळणा करा हो बंद!' ती प्रसूती बंद असली तरी तुमची प्रसूती जोरात चालू राहू द्या!"

"चांगली सूचना आहे! सेक्रेटरी, लिहून घ्या. काय हो बाई—"

"अरुंधतीबाई."

"हो— तर, तुम्ही गप्प बसलाय? तुमची काही सूचना?"

"मला पुढल्या वर्षीच्या पाळणा बंद मोहिमेत सक्रिय भाग घेता येणार नाही?"

"पण का?"

"इश्श!" अरुंधतीबाई लाजेनं लालीलाल झाल्या.

"आणि तुमचं काय हो? तुम्ही काय लिहिता? कथा, कविता—"

"मी स्त्रियांसाठी पुस्तकं लिहिते. 'सोळावं वरीस धोक्याचं' या पुस्तकाच्या तीन आवृत्त्या निघाल्या. 'गर्भारपण व त्या वेळी घ्यावयाची काळजी', 'ऐकलंस का पहिलटकरणी', 'मेनापॉज : एक इष्टापत्ती—"

"बरं—बरं! या वर्षी असली पुस्तकं नका लिहू!"

"माझी खरी अडचण अशी की, माझं मॅटर्निटी हॉस्पिटल आहे. हे कविता करतात. आज त्यांना आमंत्रण नव्हतं— तर माझ्यावर सगळ्या संसाराची जबाबदारी. पुढल्या वर्षी पाळणा बंद, म्हणजे माझं हॉस्पिटल चालणार कसं? पेशंट्स नसणार!"

"मग सरकारनं काय करावं, असं तुमचं म्हणणं आहे?"

"वर्षभर आम्हाला अनुदान द्यावं. मुख्यमंत्र्यांच्या निधीतून मोठी रक्कम द्यावी."

"विचार करू." मंत्री म्हणाले, "अरे हो, मॅटर्निटी हॉस्पिटलवरनं आठवण झाली. चुनाभट्टीला माझ्या हस्ते एका को-ऑपरेटिव्ह मॅटर्निटी हॉस्पिटलचं उद्घाटन आहे ना! सेक्रेटरी, भाषण तयार आहे ना? 'हॉस्पिटलची भरभराट होत जावो' वगैरे लिहिलंय ना?"

"सगळं तयार आहे! साहित्यिक मंडळींना चहा-चिवडा येईल. थांबता ना?"

"थांबतो. नि सगळ्यांची नावं लिहून घ्या. उद्या वर्तमानपत्रात सगळ्यांची नावं येऊ द्या."

—सगळ्या साहित्यिकांनी सेक्रेटरीभोवती एकच गर्दी केली!

◆◆◆

११. वाचक : एक वर्गवारी

मागे वृत्तपत्रांतून एक जाहिरात यायची : 'जालंदर किंवा अमृतसर येथे एक योगी आहे. तुम्ही तुमच्या आवडत्या फुलाचं नाव कळवा किंवा आवडता रंग कळवा; तो तुमचा स्वभावविशेष सांगेल. इतकंच नव्हे, तर तो भविष्यसुद्धा सांगेल.' अशी काहीशी ती जाहिरात असायची. आवडत्या फुलावरून वा रंगावरून माणसाचा स्वभाव कळतो की नाही, कुणास ठाऊक; पण तो कोणत्या प्रकारची पुस्तकं वाचतो, त्यावरून त्याचा स्वभाव छातीठोकपणे सांगता येईल! वाचनालयाच्या रजिस्टरमधली त्याच्या नावावरली पुस्तकं एकवार नजरेखालून घातली, तर त्या माणसाच्या स्वभावाची प्रमुख वैशिष्ट्यं सहज सांगता येतील, असं मला नेहमीच वाटत आलं आहे! पुण्या-मुंबईला खासगी वाचनालयांचा धंदा तेजीत असतो. त्या वाचनालयात पुस्तकं व मासिकं दोन्ही मिळतात. एका मासिकाची वार्षिक वर्गणी बारा रुपये (हल्ली तीही बेटी बारावरून पंधरावर गेली आहे!) भरण्यापेक्षा तेवढ्या वर्गणीत वर्षभर सगळी मासिकं आणि वर पुस्तकं वाचायला मिळतात. तेव्हा खासगी वाचनालयांत नेहमीच गर्दी असते. पुण्याला गेलो की, माझ्या एका स्नेह्याच्या मालकीच्या वाचनालयात मी जातो आणि वाचनालयाचं रजिस्टर चाळतो. वेगवेगळी स्वभाववैशिष्ट्यं असलेली माणसं मी डोळ्यांपुढं आणतो— केवळ चाळा म्हणून.

फडके, माधव कानिटकर, चंद्रकांत काकोडकर यांच्या कादंबऱ्या वाचणारा वाचकवर्ग बराच मोठा. ही पुस्तकं वाचणारा 'तो' असेल तर खुशाल समजावं : स्वारी खुशालचेंडू आहे! घरचं खाऊनपिऊन

ठीक, फारशी काळजी नाही, डोक्यावर जबाबदारीचं ओझं नाही! हॉटेलात जाणं, सिनेमा पाहणं या जशा चैनीच्या गोष्टी; तसं वाचनही चैनीची वस्तू मानणारा हा प्राणी— 'टेन्शन' फारसं रुचत नाही, असा! 'सिनेमा चांगला आहे का?' हा प्रश्न कुणाला विचारताना 'ट्रॅजेडी आहे की कॉमेडी?' असा प्रश्न विचारणारा नि ट्रॅजेडी टाळणारा! 'ब्लॅक अँड व्हाईट आहे की टेक्निकलर आहे?' हा पुढचा प्रश्न! असे लोक ब्लॅक व्हाईटामधला 'हॅम्लेट' टाळतील; पण टेक्निकलर्ड जेरी लुइस वा एल्विस प्रिस्लेचा पिक्चर पसंत करतील!

वाचक स्त्री असेल, तर सुखवस्तू कुटुंबातली असलीच पाहिजे! नवरा ऑफिसला गेल्यावर दुपारी 'गृहिणी' वा 'वनिता मंडळ' कार्यक्रम ऐकता-ऐकता गादीवर लोळत एखाददुसरं प्रकरण कसंबसं वाचून संपवणारी व शेवटी पुस्तक छातीवर घेऊन वामकुक्षी करणारी! अशा स्त्रियांच्या मते, आयुष्य म्हणजे आराम! आयुष्य म्हणजे वामकुक्षी! जीवनातले चढ-उतार यांना सोसवत नाहीत. जीवनातल्या उन्हानं या घाबऱ्या होतात. पावसानं यांना सर्दी होते. रात्री नऊला 'डिनर'ला जायचं असेल, तर सहाला 'मेकअप' सुरू करावा की सातला, क्रीम कलर साडी नेसावी की चटणी कलर, स्लीव्हलेस ब्लाऊज घालावा की बॅकलेस चोळी—या समस्या त्यांच्या मते महा गहन! याहून अधिक कठीण समस्या जगात असू शकतात याची त्यांना कल्पना नसते.

काही वाचक पं. महादेवशास्त्री जोशी, सानेगुरुजी, य. गो. जोशी यांच्या पुस्तकांवर बेहद्द खूष असतात. नेहमी सोज्वळ, पवित्र विचार मनात घोळवणारे असे हे वाचक असावेत. पापभीरू! कुणाचा सूड घ्यावा, मारावं-ठोकावं असले हिंस्र विचार या लोकांच्या मनात चुकून येणार नाहीत! आयुष्यातली सुख-दुःखं मुकाट सोसणारी, त्याकडे तटस्थतेनं पाहणारी अशी ही सहनशील माणसं असतात. भर उन्हात अनवाणी चालण्याची वेळ आली तर त्यांची ना नसते, कुरकुरही नसते.

दुसऱ्यांचं दुःख पाहून या मंडळींचे डोळे पाणावतात. खिशातली शेवटची अधेली वास्तविक त्यांनी मोठ्या मिनतवारीनं जपून ठेवलेली असते, पण वाटेवर कुणी भिकारी भुकेविना तडफडत असला, तर खुशाल ते ती अधेली त्याच्या पुढ्यात टाकतात. कुत्र्यानं भाकरी पळवल्यानंतर त्याच्यामागं तुपाची वाटी घेऊन धावणाऱ्या नामदेवाच्या जातीची ही माणसं! "श्याम, ती झोपडी पाहिलीस ना? कुणाची बरं ती झोपडी?...बाळ, दुसऱ्या कुणाची असणार?—गरिबाचीच! पाहिलास का तू गरीब माणूस?" —अशी निखळ सहानुभूती! हृदयपिळवटक उद्गार...! या माणसांच्या अंगात नुसतं बोट खुपसलं तरी टचूकन पाणी येतं. भलतीच पाणीदार माणसं! असली माणसं जगात आहेत म्हणून 'निष्ठा', 'श्रद्धा', 'कणव', 'सहानुभूती',

'सद्वर्तनी' यांसारखे शब्द शब्दकोशात आहेत!

शेरलॉक होम्स, पेरी मॅसन, जेम्स बाँड, भूतकथा, शिकारकथा वाचणाऱ्या वाचकांची तऱ्हा अगदीच वेगळी! या माणसांची एक गंमत असते. शेरलॉक होम्स वाचून झाला की ते पेरी मॅसनकडे वळतात व मग त्यांना शेरलॉक होम्स अगदीच प्राथमिक वाटायला लागतो. (शेरलॉक होम्सच्याच भाषेत : 'क्वाइट एलेमेंटरी वॅटसन') 'द केस ऑफ दि नेकेड नर्स', 'द केस ऑफ दि बेदिंग ब्यूटी' यांसारख्या असंख्य केसेस वाचून संपवल्या की मग ही मंडळी जेम्स बाँडशी सलगी करतात. आता त्यांना पेरी मॅसन 'एलेमेंटरी' वाटू लागतो. बुटात वायरलेस-सेट ठेवणारा, सिगारेटमध्ये ट्रॉन्झिस्टर ठेवणारा, अंगठीत कॅमेरा वागवणारा, सुंदर तरुणींचा फडशा पाडणारा जेम्स बाँड हा त्यांचा 'आदर्श' बनतो. शिकारकथा, भूतकथा वाचणारा वाचकवर्ग या मंडळींच्या जातीतलाच. 'द मॅनईटर ऑफ कुमाँव'पासून सगळे 'मॅनईटर्स' या मंडळींचे जिवलग दोस्त! वाघिणीनं मचाणावर कशी उडी घेतली, ढाण्या वाघाच्या नाकाडावर अचूक गोळी कशी मारली, या प्रकरणाच्या कथा वाचताना त्यांचं भान हरपून जातं. मध्यरात्री अचानक दार उघडून पांढऱ्या फ्रॉकमधली बाई जवळ कशी आली किंवा गम्बूट्स हवेत तरंगताना कसे दिसले, अशा भूतकथा ते श्वास रोखून वाचतात.

खूनकथा, भूतकथा, शिकारकथा वाचणाऱ्या मंडळींची सायकॉलॉजी मोठी गमतीदार असते. माझा एक वर्गबंधू होता. अंगानं अगदीच फाटका. मारामारी काय, कुणाच्या पाठीवर थाप मारायलाही घाबरायचा लेकाचा! वर्गातल्या दादामंडळींचं कायमचं गिऱ्हाईक! पण त्याची एक गंमत म्हणजे, त्याला हॉलिवुडचे काउबॉइज पिक्चर्स खूप आवडायचे. घट्ट पँटी घालणारे, कमरपट्ट्यात पिस्तुलं बाळगणारे, माणसांना ढेकळासारखं चिरडणारे टेक्सासमधले हे काउबॉइज म्हणजे या माझ्या वर्गबंधूचं दैवत! त्याचं श्रद्धास्थान! फिअरलेस नादिया (या बाईला तो 'निअरलेस फादिया' म्हणायचा!), जॉन कॉवस, भगवान, बाबूराव, वसंतराव यांचे स्टंट पिक्चर्स तो कधी चुकवायचा नाही. त्याच्यासह एकदा अशा हाणामारीच्या पिक्चरला जाण्याचा योग मला आला. क्लायमॅक्सच्या वेळी जोरदार मारामारी सुरू होती. रॉकेलचे डबे जोरात खाली कोसळत होते. मागून संगीतकार ताटं, झांजा ढणाढण बडवीत होता. मी सहज बाजूला पाहिलं, तर आमचे हे वर्गबंधू खुर्चीवर उभे राहून हवेत हातपाय उडवीत होते!

भूतकथा, रहस्यकथा, शिकारकथा यावर मनस्वी प्रेम करणारी मंडळी माझ्या या वर्गबंधूच्या जातीची असतात, याबद्दल मला तरी शंका नाही! एरवी ढेकूण चिरडायला घाबरतील, कुणी 'अरे' म्हटलं तर 'का रे' म्हणायला धजणार नाहीत;

परंतु खुनाची वर्णनं मिटक्या मारीत वाचतील, वाघाला आपणच ठार मारल्याच्या कल्पनेत दंग असतील वा भुताला पळवून लावण्याचे मनसुबे रचतील! — या सगळ्या सायकॉलॉजिकल केसेस!

वाचनालयाकडे येताना उपरणं पांघरणारी, डोक्यावर उंच टोपी घालणारी, क्वचित दुबोटी गंध लावणारी, गंभीर मुद्रेची मंडळी वेगळ्या प्रकारची. आजूबाजूला तुच्छतेनं पाहत हे लोक येत असतात. तरुण मुला-मुलींवर त्यांचा 'स्पेशल' राग असतो. माणसांनी तरुण कधी असूच नये, असा यांचा आग्रह असतो. वाचनालयात दर्शनी भागाकडे लावलेल्या मासिकांकडे, कादंबऱ्यांवरील मुखपृष्ठांकडे ही मंडळी चष्म्यावरून रोखून पाहतात आणि नाकं मुरडतात. खिशातून कागदाचं एक चिटोरं काढतात नि गेंगाण्या स्वरात "हे आहे का?" विचारतात. 'धार्मिक स्वातंत्र्याचे अधिष्ठान', 'हिंदुधर्म', 'संघटना की विघटना', 'आर्यांची उत्क्रांती'— यांसारखी पुस्तकं वाचणाऱ्या वाचकांची ही जात असते. महिन्यातून एक किंवा दोन पुस्तकं ही मंडळी वाचतात. त्यामुळं उगाच रोज यांची वाचनालयात कटकट नसते. वाचनालय चालवणाऱ्यांच्या दृष्टीनं ही मंडळी सोईची. विचारपरिप्लुत (की लुप्त?) पुस्तकं वाचणाऱ्या या मंडळींचा चेहरा नाना फडणीसासारखा लंबवर्तुळ असला पाहिजे, असा माझा समज आहे. त्यांच्या कपाळावर आठ्यांचं जाळं असावं! कपड्यांच्या बाबतीत परंपरा सांभाळणारे; कादंबऱ्या-कथा या ललित साहित्याला 'छचोर साहित्य' मानणारे हे महाभाग! संस्कृतीचं जतन करण्याचा भार आपल्यावरच आहे— या जाणिवेनं सदैव संथपणे चालणारे, संथपणे व्यवहार करणारे, जीवनाकडे उदासीनपणे पाहणारे. नवे बदल, नव्या सुधारणा त्रस्तपणे, चिडखोरपणे न्याहाळणारे. साधा खोकला झाला तर मृत्यू जवळ आला असं मानून घाबरे होणारे— मरणाला घाबरून नव्हे; आपल्यामागं भारताचं, हिंदू संस्कृतीचं, अवनतीकडे चाललेल्या जगाचं काय होणार, या चिंतेनं ग्रस्त होऊन!

या लोकांचा विनोदाशी छत्तीसाचा आकडा असतो. 'टवाळा आवडे विनोद' अशी त्यांची समजूत असते. विनोद म्हणजे काहीतरी बीभत्स, अश्लील अशी यांची बालंबाल खात्री असते. कोल्हटकर, गडकरी, अत्रे आदींची नावं त्यांच्या कानांवरून गेलेली असतात; पण त्यांना हे लेखक मानायला तयार नसतात! चिं. वि. जोशी यांना माहीत असतात; पण पाली भाषेचे गाढ व्यासंगी वगैरे म्हणून, विनोदी लेखक म्हणून नव्हे! विनोदी साहित्य वाचणं म्हणजे वेळेचा अपव्यय, असं यांना मनापासून वाटत असतं. यांचा उद्गारचिन्हाशी परिचय नसतो. मोठमोठे जडजंबाल शब्द, कठीण जोडाक्षरं, लांबलचक वाक्यं वाचायला मिळाली की ही मंडळी खूष! 'पुरुषार्थ', 'नवभारत'— यांसारखी मासिकं यांना प्रिय. असली

मासिकं वाचल्याशिवाय, जाड्या ग्रंथांची पारायणं केल्याशिवाय व जगाकडे गंभीरपणे पाहायला शिकल्याशिवाय समाजाचा ऱ्हास थांबणार नाही, असं यांना मनोमन वाटत असावं!

बऱ्याच वाचकांच्या उड्या विनोदी साहित्यावर अचूक पडतात. या मंडळींना आयुष्यात दु:ख परवडत नाही. वेदना, यातना यांचं यांना पथ्य असतं. आयुष्याकडे हसत-खेळत पाहणं यांना आवडतं. 'भस्मीभूतस्य देहस्य पुनरागमनम् कुत:' हा चार्वाकाचा सिद्धांत यांना मान्य असतो. हे लोक कोणतंही संकट फारसं मनाला लावून घेत नाहीत. कुठल्याही बाबतीत खोलवर विचार करायचं मुद्दाम टाळतात. एरवी ज्या दु:खाच्या वेळी इतर मंडळी आकांत करतील, आकाश-पाताळ एक करतील; अशा दु:खाच्या वेळी यांचं लक्ष दु:खाकडे नसतं, अंधाराकडे नसतं— अंधारानंतर अपरिहार्यपणे येणाऱ्या प्रकाशाकडे असतं! 'उगाच विचार करून डोकंफोड करण्यात काय अर्थ? संकट जसं आलं तसं जाईल' अशा वृत्तीनं हे नेहमीचे उद्योग संथपणे करीत असतात. 'लिव्ह अँड लेट लिव्ह' हा यांचा खाक्या! 'शांततामय सहजीवन' ही यांची श्रद्धा!

काही वाचक हटकून भाऊ पाध्ये, दिलीप चित्रे यांच्या पुस्तकांची मागणी करतात. लायब्ररीत 'असो'चे नि 'अथर्व'चे अंक येत नाहीत, याचं त्यांना मनस्वी दु:ख होत असतं; पण कुठल्याच वाचनालयात ते अंक मिळत नसल्यानं झक्कत एखाद्या वाचनालयात नाव दाखल करून हे लोक पुस्तकं वाचीत असतात. यांची तीन-चार महिन्यांची वर्गणी बहुधा थकलेली असते. 'कोसला' हे या मंडळींचं बायबल! वर्षातून तीन-चारदा ते पुस्तक तुम्हाला यांच्या नावावर दिसेल! चित्रे-पाध्ये-शहाणे या त्रिमूर्तीची हे उपासना करतात. आपल्या बापाचं नाव 'कामू' नाही याची यांना प्रचंड खंत असते. स्वत:च्या पैशानं 'चारमिनार' व दुसऱ्याच्या पैशानं 'सिगार' असा यांचा कार्यक्रम. मनात नेहमी तामसी विचार. विचाराप्रमाणं खाणंही तामसी. माणूस सोडून काहीही खाण्याची तयारी! एवढंच काय, जुन्या लेखकांना कच्चं खाण्याची तयारी! आपटे, वा. म. जोशी, खांडेकर यांच्यासारखे लेखक मराठीत होऊन गेले, याची त्यांना शरम वाटते. गडकरी, माधव जूलियन यांच्यापासून मर्ढेकरांपर्यंत यच्चयावत् कवींना कवी का म्हणावं, असा प्रश्न हे वहिदा रेहमानचं छायाचित्र न्याहाळताना एकमेकांना विचारीत असतात. मेरिलिन मन्रो व गुरुदत्त यांच्या आत्महत्येनं हे गहिवरतात. त्यांच्यासारखी आपणही आत्महत्या करावी, कमीत कमी कामूप्रमाणं आपल्याला अपघाती मृत्यू यावा, अशी यांची आयुष्यातली एकमेव महत्त्वाकांक्षा असते. नाक्यावर उभं राहून चमचेगिरी करीत असताना हे सर्वांवर कुत्सितपणाची उंगली चालवीत असतात. 'तुच्छता' हा यांच्या वागण्याचा

स्थायिभाव असतो. पडलेल्या दातांमधून आलम दुनियेवर हे तिरस्काराच्या पिचकाऱ्या टाकीत असतात.

काही तरुणमंडळी (क्वचित हिरवटपणाचा अंश असलेलं एखादं पिकलं पानही!) चोरपावलांनी वाचनालयात शिरतात—दुधाच्या भांड्याकडे दबकत जाणाऱ्या मांजराप्रमाणं. आपल्याकडे कुणी पाहत नाही ना, याची हे खातरजमा करतात... सारखे आजूबाजूला पाहत असतात आणि मग एकदम हात पुढं करून इंग्रजी वा मराठी मासिक उचलतात. गडबडीत, घाईगर्दीत पसार होतात. क्वचित ''ते पुस्तकं आलंय का हो?'' असं दबल्या आवाजात विचारतात. 'ट्रॉपिक ऑफ कॅन्सर', 'लेडी चॅटर्लीज लव्हर' (अनसेन्सॉर्ड!), 'लोलित,' 'द फॅनी हिल' या पुस्तकांवर यांचा डोळा असतो. 'प्लेबॉय', 'फॉर मेन ओन्ली', 'अलिबाबा', 'राणी' असल्या महान साहित्यावर यांची भक्ती असते. अशा मासिकांचे गठ्ठे या मंडळींच्या उशाखाली सापडतील. मंडळी विवाहित असतील तर खुशाल समजावं की, वैवाहिक जीवनात काहीतरी कमतरता आहे. पण एकंदरीत या प्रकारचं साहित्य वाचणारे लोक उथळ स्वभावाचे. वाङ्मय म्हणजे दोन-तीन घटका अवर्णनीय गुदगुल्या, अशी यांची धारणा असते. साहित्याकडून यांची अपेक्षा एवढीच. कुठल्याही गोष्टीबद्दल गंभीरपणे विचार करायची त्यांची कुवत नसते. जीवनाकडे हे अधाशीपणे पाहतात आणि वाट्याला आलेल्या आयुष्यातील कमी-अधिक रस हावरटपणे शोषून घेतात. तरीही अतृप्त राहतात. आयुष्यभर केवळ अतृप्ती! केवळ नाकर्तेपणा! हे लोक हृदयक्रिया बंद पडून वगैरे पट्दिशी मरत नाहीत. चिवटपणे बिछान्याला खिळून असतात. आशाळभूतपणे पुन्हा जगायची आस मनी बाळगीत सीमेच्या सावकाशीनं जगाचा निरोप घेतात. मरताना त्यांचे डोळे टकटकीत उघडे असतात. जगण्याची आशा त्यात तरळत असते.

ठरावीक प्रकारची पुस्तकं न वाचणारी बरीच माणसं असतात. यांना निवड नसते. जे हाताला येईल, ते यांना चालतं. ''कुठलंही पुस्तक द्या हो! चार घटका वाचायचं! आम्हाला लेखक थोडंच व्हायचंय!'' हा यांचा दृष्टिकोन. (जणू डोळसपणे पुस्तकं वाचली की माणूस आपोआप लेखक होतो! लेखक होणं एवढं सोपं असतं तर शेकडो वाचनालयांतील हजारो वर्गणीदार साहित्यिक नसते का झाले?) मिळेल तो कडबा चघळणाऱ्या जनावराची ही जात. आज 'हिरवा खून' तर उद्या 'तुकाराम : व्यक्ती व वाङ्मय,' परवा 'लोकशाही म्हणजे काय?'— कशाचा कशाला पत्ता नाही!

अशा लोकांचं जीवन निश्चितच साधं, धोपटमार्गी असणार. 'आला आला प्राणी जन्मासी आला'— प्रकारचं आयुष्य! गडकऱ्यांचा 'मूकनायका'चा हा नायक!

पुस्तकांच्या लेखकांची नावं यांना बिलकुल माहीत नसतात. कधी तरी हे कथा सांगतात किंवा एखादा मुद्दा सांगतात. पण ती कथा कुठल्या कादंबरीतली किंवा तो मुद्दा कुठल्या ग्रंथातला, हे यांना मुळीच आठवत नसतं. मासिक आलं की कथेपासून 'किर्लोस्करवाडीवृत्ता'पर्यंत सगळं हे वाचून काढतात. ज्या उत्सुकतेनं हे एखादी कथा वाचतात, त्याच उत्सुकतेनं 'घडलेले विनोद' वा केवळ विनोद वाचतात. 'घरबांधणी विशेषांक' असो की 'लघुकथा विशेषांक' असो, दोन्हींवर सारख्याच उत्सुकतेनं उड्या! भाबडी, नाकासमोर चालणारी माणसं! आयुष्याकडून यांची काहीच विशेष अपेक्षा नसते— त्याचप्रमाणं पुस्तकाकडूनही! ईश्वर त्यांना सुखात ठेवो!

वाचनालयात काव्यसंग्रहाला अजिबात मागणी नसते. त्या पुस्तकांवर धूळ साचलेली असते. याउलट कादंबरीचं असतं. पहिली दहा व शेवटची दहा पानं गायब! म्हणजे नायक-नायिकेची भेट कुठं झाली व त्यांना सद्गती एकमेकांच्या मिठीत मिळाली की मुळा-मुठेत, हे वाचकाला कोडंच राहतं; पण काव्यसंग्रहाची चिकटलेली पानं धड कापलेलीही नसतात. पाच-दहा वर्षांनंतरही पुस्तकं नवी कोरी! वाचनालयाची शोभा वाढवणारी!

आणि तशातही चुकून काव्यसंग्रह मागणारे धाडसी, जिवावर उदार झालेले लोक आढळून येतातच. ही मंडळी...

पण नकोच! यांच्याबद्दल न लिहिलेलंच बरं!

◆◆◆

१२. दोन खिडक्यांची गोष्ट

चार-वीसची पुणे-मनमाड पॅसेंजर पकडण्यासाठी प्रा. गायतोंडे, प्रा. कर्णिक व प्रा. दबडघाव तीनच्या आधीच पुणे स्टेशनवर आले. प्रवास करण्याची फारशी सवय नसल्यानं त्यांनी ही खबरदारी घेतली होती. प्रा. दबडघाव दोन वर्षांपूर्वी मुंबईला गेले होते. त्यानंतर प्रवास करण्याची त्यांची ही पहिलीच वेळ होती. प्रा. गायतोंड्यांनी मुंबई सोडल्यास एक सातारा शहर काय ते पाहिलं होतं, तेही दहा-बारा वर्षांपूर्वी सासुरवाडीला दिवाळसणाच्या निमित्तानं गेले तेव्हा. प्रा. कर्णिकांना प्रवासाची त्या दोघांहून अधिक सवय होती खरी, परंतु लहानपणी एकदा स्टेशनवर उशिरा आल्यानं त्यांची गाडी चुकली होती. तेव्हापासून त्यांनी धसका घेतला होता. गाडीच्या वेळेपूर्वी तास-दीड तास येण्याचा परिपाठ त्यांनी ठेवला होता. तिघा प्राध्यापकांनी चार वाजेपर्यंत स्टेशनवर वेळ काढला. अजून गाडी प्लॅटफॉर्मवर येण्याचं चिन्ह दिसेना. प्लॅटफॉर्मवर शुकशुकाट असल्यानं आरामात प्रवास करता येईल म्हणून तिघंही आनंदात होते, पण सर्वत्र सामसूम पाहून तिघंही काळजीत पडले.

"आपलं घड्याळ फार पुढं नाही ना?" प्रा. कर्णिक उद्गारले.

"गाडी बिफोर-टाइम निघून गेली की काय?" प्रा. गायतोंडे चिंतातुर होत्साते विचारू लागले.

"पुण्याहून मनमाडला रेल्वे जाते ना? नाही तर पुढल्या पंचवार्षिक योजनेत पुणे-मनमाड रेल्वे स्कीम असायची आणि तोपर्यंत आपण आपले इथं बसलेले गाडीची वाट पाहत!" प्राध्यापक दबडघावांनी मूलभूत शंका काढली. ते तत्त्वज्ञानाचे प्राध्यापक असल्यानं

कोणत्याही विषयाच्या मुळाशी जाण्याची त्यांना खोड होती.

"पहाटे चार-वीस नाही ना? ए. एम. की पी. एम. नीट पाहिलं होतं ना गायतोंडे?"

"उगाच तर्कवितर्क कशाला?" गायतोंडे म्हणाले, "आपण स्टेशनमास्तरला जाऊन विचारू!"

"स्टेशनमास्तरकडे जायचं? आपल्याला नाही जमणार!"

"का बरं?"

"स्टेशनमास्तर, पोस्टमास्तर ही मंडळी काही चौकशी केली की नाकावर चष्मा आणून अशी मारक्या म्हशीसारखी—"

"रेड्यासारखी—"

"हो— तर रेड्यासारखी बघतात की, मी त्यांचे पैसे उसने घेतलेले आहेत आणि अनेक दिवस झाले तरी परत देत नाही, अशी मला उगाचच शंका वाटू लागते!"

"बराय— मला तशी शंका वाटत नाही— मी येतो विचारून."

प्रा. कर्णिकांनी पाच मिनिटांत बातमी आणली की गाडी तीन तास लेट आहे!

"आता काय करायचं?"

"काहीतरी वाचत बसू—"

"चिंतन करू—"

प्रा. दबडघावांनी डोकं खाजवलं. मग ते म्हणाले, "अरे हो— मी केस कापून येतो."

"केस कापवून घेऊन येतो म्हणा!"

"हो— माहीत आहे हो! उगाच फालतू जोक करू नका!"

प्रा. गायतोंड्यांनी पुस्तकं उघडलं. पाच-दहा मिनिटांत ते बसल्या-बसल्या डुलक्या घेऊ लागले. प्रा. दबडघाव केस कापवून घेण्यासाठी स्टेशनबाहेर गेले. ही संधी साधून प्रा. कर्णिकांनी स्टेशनवरच्या मद्राशी हॉटेलात जाऊन मेदूवडा व इडली पोटभर खाल्ली. गाडी लेट झाल्यामुळे त्यांची बरेच दिवसांची अपुरी इच्छा पुरी झाली.

सात वाजता गाडी प्लॅटफॉर्मवर आली. तिघांनी घाईघाईनं सामान वर चढवलं आणि सुटकेचा नि:श्वास टाकला.

"वरणगाव बुद्रुकला आपली गाडी किती वाजता पोचेल?"

"पाच तासांनी, म्हणजे साडेबारा वाजता."

"माय गॉड! पण वरणगावची मंडळी आपल्याला रिसीव्ह करायला साडेनऊला येतील ना स्टेशनवर!"

"मग काय? थांबतील तीन तास! त्यांना कॉलेज उघडायचं आहे जूनपासून! आपल्या तिघांच्या कमिटीनं शिफारस केल्याशिवाय त्यांना ते उघडता येणार नाही, हे त्यांना पुरतं ठाऊक आहे! झक्कत तीन तास स्टेशनवर थांबतील!" प्रा. दबडघावांनी मूलभूत मुद्दा प्रस्थापित केला. विद्यापीठानं नेमलेल्या त्या तिघांच्या 'इन्स्पेक्शन कमिटी'चे ते अध्यक्ष होते. खालच्यांना सांभाळून घेणं, हे त्यांचं एक प्रमुख कर्तव्य होतं.

"साडेबारा म्हणजे उशीरच की! त्यानंतर जेवायचं, मग झोपायचं म्हणजे ऑफुल!"

"कर्णिक, संकल्प आणि सिद्धी ह्यांच्यामध्ये परमेश्वरी इच्छा उभी असते!" गायतोंडे म्हणाले. ते मराठीचे प्राध्यापक होते.

"कुणाचं वाक्य होतं हे?"

"कुणाचं म्हणजे? माझं!"

वरणगाव बुद्रुक येथे पॅसेंजर थांबली, तेव्हा साडेबारा वाजून गेले होते. तिघे स्टेशनवर उतरले आणि जणू वजन कमी झालं म्हणूनच की काय, पॅसेंजर दुप्पट वेगानं डोंगराआड दिसेनाशी झाली.

बारा वाजण्याच्या सुमारास प्रा. दबडघावांनी गाडीत असताना गळ्यात टाय बांधून कोट अंगावर चढवला होता. 'इन्सपेक्शन कमिटी'च्या अध्यक्षाचं इम्प्रेशन गावकऱ्यांवर पडावं, या उदात्त हेतूनं त्यांनी ती तयारी केली होती.

पण प्लॅटफॉर्मवर पाहावं तो काय— हातात मशाल घेऊन उभा असलेला एक पोर्टर व दूर मिणमिणत्या अंधारात पेंगत असलेलं स्टेशनमास्तरचं ऑफिस, याशिवाय कुणीच नव्हतं आसपास.

"पाटील आणि कंपनी कुठं गेली हो?"

"माय गॉड! आता काय करायचं?"

"अहो पोर्टर, इथं फर्स्ट-क्लास वेटिंग रूम आहे का हो?"

"फर्स्ट क्लास वेटिंग-रूम? काय पावणं, आमच्या ठेशनाची चेष्टा करताय! तुमच्यासारखी सूट-बूटवाली मानसं हतं वर्सातनं एकदा यायची पंचाईत!"

"बाप रे! काय हो पोर्टरसाहेब, इथले पाटील येऊन गेले का स्टेशनवर?"

"हा!, साडेनऊला आले व्हते! गाडी लेट हाय म्हनुनशान माघारी गेले!"

"नॉन्सेन्स! आम्ही करायचं काय इथं?"

स्टेशनमास्तरच्या सल्ल्यावरून तिघांनी प्लॅटफॉर्मच्या बाकावर अंग पसरून

दिलं. कर्णिकांनी मेदूवडे व इडल्या पोटात रिचवल्या होत्या; बाकी दोघांना सपाटून भूक लागली होती, पण नाइलाज होता.

पहाटे पाच वाजता तिघांना जाग आली, तर आजूबाजूला दहा-वीस मंडळी.

"माफ करा, मास्तर— तुम्हाला इथंच झोपावं लागलं!"

प्रा. दबडघावांनी टायचा सामोसा चाचपला. मग विचारलं, "आपण कोण?"

"मी पाटील, वरणगाव बुद्रुकचा—"

"रात्री स्टेशनवर का नाही आलात?"

"त्येचं काय झालं, मास्तर—" एक गावकरी पुढं येऊन म्हणाला, "रात्री आमच्या गावात तमाशा व्हता— बबन पंढरपूरकरीण—"

"बबन पंढरपूरकरीण काय म्हणता? पंढरपूरकर म्हणा." गायतोंड्यांनी व्याकरणाची चूक दाखवली.

"अवं, बबन बाई हाय— बुवा न्हवं!"

"बबन— बाई? कमाल आहे!"

"कमाल कसली? तुमच्या बामणात नसतं का शरद नाव बाईचं न् बुवांचं?"

कर्णिकांनी दबडघावांकडे पाहून डोळे मिचकावले. मग ते पाटलांना म्हणाले, "हे प्रोफेसर दबडघाव, इन्स्पेक्शन कमिटीचे चेअरमन—"

"असं व्हय? तुमी जातीनं पाथरवट व्हय?"

"पाथरवट? का म्हणून?"

"दगडघाव नाव हाय ना तुमचं?"

'दगडघाव नव्हे, दबडघाव."

"च्यायला— दबड म्हंजी काय हो मास्तर?"

"गेन्या, फाल्तू डिस्कसन् नको! पावण्यांना घिऊन जाऊ आधी! च्या-पाणी करू. मंग हायेतच की गप्पाटप्पा! खरं की न्याय, मास्तर?"

"तर काय!"

"मुक्काम किती हाय पावणं?"

"उद्या संध्याकाळी परतू— आज कॉलेजची जागा वगैरे बघू—कॉलेजच्या संचालक मंडळाला भेटू—"

"कालिजचं उद्या बघू हो! आज मस्त आराम करा. जागरण झालंय, भुका बी लागल्या असतील."

स्टेशनबाहेर दोन बैलांची दमणी उभी होती. तिघे प्राध्यापक, पाटील व आणखी दोन-चार मंडळी आत दाटीवाटीनं बसली. बाकीची मंडळी पायी निघाली.

एका पडक्या देवळासमोर दमणी उभी राहिली.

"मास्तर, तुमची ऱ्हाण्याची येवस्था हतं केलीय."

"इथं?" देऊळ व आसपासचा परिसर पाहून दबडघावांनी दचकून विचारलं, "इथं गेस्ट हाऊस वगैरे नाही काय?"

"गेस्ट हौस? इथून धा मैलांवर जंगल एरिया हाय. तिथं फारिस्ट हापिसरच्या बंगल्याला लागून गेस्ट हौस हाय. तिकडं येवस्था करायची का तुमची?"

"जंगल एरिया म्हणजे वाघबीघ असतील?" प्रा. गायतोंड्यानी शंका काढली.

"हायत चारदोन— मोप न्हाई! पण रानडुकरं मोप."

"मग नकोच तिकडे! हे देऊळ बरं आहे!"

पाटील पुढं झाले न् म्हणाले, "खरं म्हणता आमच्याकडंच तुमची येवस्था करणार होतो, पण आमच्याकडे चार दिवसांनी हाय लगीन माझ्या पोरीचं. पावणं-मंडळी कालपासून जमायला लागलीयत!"

"ठीक आहे. आम्ही इथं राहतो."

तिघांनी देवळाच्या एका कडेला पथारी पसरली. झाडून तेवढा भाग स्वच्छ करण्यात आला होता. एक रंगीबेरंगी कापडाचा तुकडा तारेवर टाकून पडण्यासाठी आडोसा करण्याची खबरदारी घेण्यात आली होती.

गावकरी गेल्यावर प्रा. कर्णिक म्हणाले, "या लोकांची कमाल आहे! अहो, जिथं आठवड्याचा बाजार भरतो, तिथं कॉलेज उघडून काय करायचंय?"

प्रा. दबडघाव उत्तरले, "हं कर्णिक, मोठ्यानं बोलू नका; कुणी ऐकेल! अहो, शिक्षणाचं लोण खालपर्यंत जायला नको का? खेड्यापाड्यातल्या लोकांसाठी उच्च शिक्षणाची कवाडं तुम्ही बंद का करून ठेवणार आहात?"

"पण हे लोक चक्क आपल्याला 'मास्तर' म्हणतात!" प्रा. गायतोंडे कुरकुरले. दहा वर्षं शाळेत मास्तरकी करून नुकतेच कुठं ते प्राध्यापक झाले होते. साहजिकच 'मास्तर' या शब्दाविषयी त्यांना जादा तिटकारा होता!

"आणि ही राहण्याची सोय—"

"हे पाहा, मागच्या वर्षी इन्स्पेक्शन करायला मी ढालगाव खुर्दला गेलो होतो. तिथली मंडळी 'अण्णा' म्हणायची! 'मास्तर' हे संबोधन त्याहून बरं की! आणि राहण्याची सोय साखर कारखान्याच्या गोडावूनमध्ये! दिवसभर इंद्रधनुष्यी पंखाच्या मोठाल्या माशा अंगाभोवती फिरत असायच्या आणि चोवीस तास उसाचा तो गुळमट वास! पुण्याला जाईपर्यंत माझा डायबिटिस बळावला!"

"एकंदरीत जीवन हे समरांगण आहे तर!"

"कुणाचं वाक्य हो, गायतोंडे?"

"कुणाचं म्हणजे? माझंच!"

दुपारचं जेवण झाल्यावर 'कॉलेज इन्स्पेक्शन कमिटी'च्या मेंबर्सनी ताणून दिली. अधूनमधून कानावर येणारे घंटेचे आवाज, गावातल्या रिकामटेकड्या पोरांचा पत्ते खेळताना होणारा आरडाओरडा आणि गावदरीतील तमाम कुत्र्यांनी देवळाबाहेर 'आमची सुख-दुःखं' या विषयावर आयोजिलेला परिसंवाद— यामुळे झोपेत अधूनमधून जो काही व्यत्यय आला असेल, तेवढाच काय तो!

संध्याकाळी चावडीवर बैठक घेण्यात आली.

"पाटीलसाहेब, कॉलेजसाठी पैसे जमले आहेत ना भरपूर?" प्रा. दबडघावांनी विचारलं.

एक गावकरी म्हणाला, "त्याचं काय हाय, दगडघाव मास्तर—"

"दगडघाव नव्हे, दबडघाव!"

"च्यायला, धेनातच ऱ्हात न्हाय! —तर आमच्या पाटलांनी पाचशे रुपये रोकड दिलीय!"

"फक्त पाचशे?"

"आणखी देणार हाय मी चारपाचशे. ही नुस्ती सुरुवात. प्रत्येक गावकरी पाच-दहा रुपये देणार हाय!"

"अहो पण पाटील, कॉलेज काढायचं म्हणजे केवढा प्रचंड पैसा लागतो; ठाऊक आहे ना तुम्हाला?"

"मास्तर, पवारसाहेबांनी आपल्या मालकीचा जिमिनीचा दोन एकराचा, तुकडा कालिजसाठी दिलाय— मागं भूदानासाठी दिला होता; पण त्या लोगांनी परत दिला त्येन्ला."

"नापीक जमीन असेल!" कर्णिक पुटपुटले.

"कलिजची बिल्डिंग बांधायला सुपीक जिमीन करायची काय, दगडघाव मास्तर?"

"हो, तेही खरंच!"

"कालिज सुरू व्हनार आणखी तीनचार म्हैन्यांनी, तवर आम्ही पैसे गोळा करतु की!"

"ठीक आहे! तुम्ही सर्व गावकऱ्यांनी सहकार्य दिलंत, एक दिलानं मदत केलीत, तर कॉलेज निघायला अडचण पडणार नाही!" प्रा. दबडघावांनी पुढाऱ्याच्या थाटात सांगितलं.

"एकी हेच बळ, सेवा हाच धर्म!" गायतोंडे उद्गारले.

"गायतोंडे, वाक्य कुणाचं?" तेवढ्यात प्रा. कर्णिकांनी चौकशी केलीच.

"कुणाचं म्हणजे? माझंच!" गायतोंडे कृतक्कोपानं हळूच म्हणाले.

"मंडळी, तुम्ही प्रिन्सिपॉल नेमण्याची व्यवस्था केलीय, असं तुमच्या अर्जात होतं. इथं ते हजर आहेत?"

"तर! माझ्या बायकोचा भाचा— बक्कळ शिकलाय! धा-बारा वर्सं कालिजात व्हता?"

"शिकवायला?"

"न्हाय, शिकायला."

पाटलांच्या बायकोचा भाचा पुढं झाला. त्यानं आज विशेष 'मेकप' केला होता. अंगात निळा सूट, तेल चोपडून केसांचा काढलेला भांग, चेहऱ्यावर पावडरचा थर.

"मास्तर, हा पाटलाचा जावई होणार हाय!" तेवढ्यात कुणी दबडघावांच्या कानाला लागला.

"तुम्ही एम. ए. आहात ना?"

"एम. ए. विथ मराठी."

"वा—वा!" गायतोंड्यांनी दाद दिली.

"बी. ए., एम. ए.ला क्लास कुठला?"

"दोन्ही पास क्लास. दोन्ही वेळा सेकंड क्लास थोडक्यात चुकला."

"शिकवण्याचा अनुभव?"

"खटाव कॉलेजात मराठीचा ट्यूटर— मग भुरेवाडी कॉलेजात हेड ऑफ दि डिपार्टमेंट."

"असं? डिपार्टमेंटमध्ये किती प्रोफेसर होते?"

"मी एकटाच होतो."

पाटलांनी मिशांवरून पालथा हात फिरवला. विचारलं, "काय दगडघाव मास्तर, हाय ना आमचा जावई हुशार?"

"त्यांना बी. ए., एम. ए. ला पास क्लास आहे, शिवाय—"

"मास्तर, काई अडचण आली तर फेशल केस करून घ्या. बांधकाममंत्री आमच्या गावचा. त्यो न् मी एक लंगोट वापरायचो."

"लंगोटाबद्दल आमचं काही म्हणणं नाही; पण कॉलेजची जागा पाहिली पाहिजे आम्हाला."

"ती उद्या सकाळी बघा, काय गडबड हाय? आज रातच्याला तुमच्यासाठी फक्कड बेत केलाय!"

"कसला बुवा?"

"बघा तरी!"

रात्री मामलेदारांच्या घराच्या पडवीत खासा बेत होता. खाशी मंडळी होती. व्हिस्की आणि सोड्याच्या बाटल्या पाहून दबडघाव गडबडले.

"मी असलं काही घेत नाही!'' त्यांनी जाहीर केलं.

"कंदी घेत न्हाय, मास्तर?''

"छे! ब्रँडी असली तर टेबल-स्पूनफुल घेतो आणि व्हिस्की असली तर टी-स्पूनफुल घेतो.''

नव्या कॉलेजच्या नियोजित प्राचार्यांनी दबडघावांच्या विधानाचा मराठीत अनुवाद केला. तो ऐकून मंडळी इतक्या जोरानं हसली की, मागं एकदा वर्गात ते खुर्चीवरून उठले नि त्यांच्या गरगरीत बुडाबरोबर खुर्ची वर उचलली गेली होती, तेव्हा वर्गातल्या मुलीसुद्धा तितक्या जोरानं हसल्या नव्हत्या!

यानंतर इरेला पेटून 'इन्स्पेक्शन कमिटी'च्या तिन्ही मेंबर्सनी व्हिस्कीचे पेगामागून पेग पोटात रिचवले. मग ते त्यापाठोपाठ कोंबडीचं तिखटजाळ जेवण जेवले. नंतर गाण्याच्या कार्यक्रमाच्या वेळी तिघेही अर्धवट झोपेत होते.

सकाळी तिघे उठले, तेव्हा दबडघावांना ती गाणारीण 'नकोस पदरा झोंबू' म्हणत आपल्या कोटाला न् टायला झोंबत होती, एवढंच आठवत होतं. गायतोंड्यांना व कर्णिकांना तिनं पदर पसरून काहीतरी मागितलं व आपण खिशात हात घालून हाताला येतील तितक्या नोटा तिच्या पदरात टाकल्या, यापलीकडे काहीही आठवत नव्हतं.

सकाळी उशिरा जागा आली, तेव्हा आपण पुन्हा देवळात असल्याचं तिघांच्या लक्षात आलं. मामलेदारांच्या वाड्यावरून आपण इथं कसे पोचलो, याबद्दल वाटणारी शंका तिघांनी आपल्या मनातच ठेवली.

मंडळी भेटायला आली, तेव्हा दबडघावांनी आपला चेहरा उग्र केला. ("त्यांना मुद्दाम तसं करावं लागत नाही!'' असं कर्णिक गायतोंड्यांच्या कानात पुटपुटले.) मग ते गुरगुरले, "हे पाहा, तुम्ही कॉलेजचे वर्ग कुठं घेणार आहात, हे पाहिल्याशिवाय आम्ही कॉलेजला परवानगी देऊ शकत नाही!''

"च्या मारी, मग बघा की! तुम्हाला कोण नगं म्हणतंय?'' एक गावकरी म्हणाला.

नव्या कॉलेजच्या नियोजित जागेकडे जाताना पाटील म्हणाले, "मास्तर, तूर्त आहे त्यातच भागवून घ्या! न्हाईतरी पोरं जूनपासून कालिजला थोडीच येत्यात! तेवढ्यात नवी बिल्डिंग बांधून काढू!''

"मुलं जूनपासून कॉलेजला येणार नाहीत, याचा अर्थ काय?'' दबडघावांनी आश्चर्यानं विचारलं.

“ही काय शेरातली पोरं हाईत व्हय रिकामटेकडी? पेरण्या झाल्याबिगर कालिजला येतंय कोण हो, मास्तर! पाऊस पडून नांगरट झाली, पेरण्या-लावण्या झाल्या की मग पोरं कालिजात जायला लागणार!”

“अहो, म्हणताय काय?”

“मंग कापणीच्या येळंला धा-पंधरा दिवस कालिज बंद.”

“आँ?”

“ही बघा कालिजची टेंपरवारी बिल्डिंग.”

समोरची जागा पाहून तिघे गडबडलेच

धान्य ठेवण्याचं कोठार. अंधेरी, कुबट जागा. हवा यायला जागा नाही — इथं मुलं शिकणार?

“ही जागा? अहो, इथं प्रकाश नाही, हवा नाही...”

“त्यात काय! दिवसभर दिवं लावू विजेचं! फ्यान लावू! आमचं गाव तसं फुडारलेलं आहे! इलेक्ट्रिक आलीया हतं!”

“तरी पण—” दबडघाव चाचरत म्हणाले, मग त्यांनी मूलभूत प्रश्न विचारला, “पण तुमच्या गावात कॉलेज उघडणं जरुरीचं आहे काय? आणखी दहा-पंधरा वर्षं—”

“वा दगडघाव, तुमी बी लईच हायसा की! पाच मैलांवरल्या पिलेवाडीला कालिज निघालं मागच्या साली— आम्ही काय पाप केलंया?” पाटील रागाने म्हणाले.

“ते ठीक आहे, पण काही तयारी—”

तेवढ्यात एक गावकरी दबडघावांच्या कानाशी लागला, “मास्तर, त्यो पाहिलात का आकडेबाज मिशांचा पैलवान?”

दबडघावांनी बेफिकिरीनं विचारलं, “पाहिला की! त्याचं काय?”

“या माणसानं आजपत्तुर धा मुडदे पाडलेत! अन्याव झाला, की पाड मुडदा!”

“असं?”

“कालिजला परमिशन न्हाय दिली तर तुमचा पुण्याचा पत्ता हाय त्येच्यापाशी! तसा त्यो चांगला हाय, पण एकदा भडकला—”

दबडघावांना घाम फुटला. त्यांनी पाटलांना सांगितलं, “तशी जागा चांगली आहे—पण नवी बिल्डिंग बांधायचं लवकर मनावर घ्या.”

“त्येची नगं तुमास्नी काळजी! गावकरी हाईत—कॉप्रेशन हाई त्येंच्यात!”

दुपारी जेवणाच्या वेळी पाटलांनी विचारलं, “पावणं, आज ऱ्हा की रातचं.

उद्या जावा. बोकड कापू, तमाशा करू बबन पंढरपूरकरणीचा!''

"छे हो!'' गायतोंडे म्हणाले, "उद्या सकाळी कामं आहेत ना आम्हाला.''

"तुमची मर्जी!''

तिघांना दुपारच्या गाडीकडे पोचवायला स्टेशनवर वीस-पंचवीस मंडळी आली. तेवढ्यात कुणीतरी तिघांच्या गळ्यात सुकलेल्या फुलांचे हारही घातले. गाडी सुटताना एक वयात आलेलं पोरगं किंचाळलं, "दगडघाव मास्तर की जय!''

गाडी सुटल्यावर दबडघावांनी सुटकेचा निःश्वास सोडला. गायतोंडे चिडल्यासारखे झाले होते. गावकऱ्यांनी 'मास्तर' म्हटल्याबद्दलची जखम अजून बुजली नव्हती. कर्णिक डोळे मिटून रात्रीच्या गायिकेचा चेहरा डोळ्यांपुढं आणण्याचा प्रयत्न करीत होते. पुणे स्टेशन येण्यापूर्वीच दबडघावांनी रिपोर्ट लिहिला. मग त्यांनी तो वाचायला सुरुवात केली. "मंडळी, ऐका! वरणगाव बुद्रुक गावी कॉलेज निघणं अत्यावश्यक आहे. गावकऱ्यांनी पुरेसे पैसे गोळा केले आहेत. नियोजित प्राचार्य अनुभवी व लायक आहेत. इमारत चांगली आहे. फक्त दोन्ही बाजूंनी खिडक्या लावण्याची व्यवस्था झाली पाहिजे! एवढी अट पूर्ण झाल्यास नव्या शैक्षणिक वर्षापासून कॉलेज काढायला इन्स्पेक्शन कमिटीची हरकत नाही!''

गायतोंडे मान हलवीत उद्गारले, "उच्च विद्या ही केवळ शहरात राहणाऱ्यांची मिरासदारी नाही आणि प्रोफेसर कर्णिक, तुम्ही चोंबडेपणाने विचारण्यापूर्वीच सांगून टाकतो— नेहमीप्रमाणं हेही वाक्य माझंच आहे, बरं का!''

◆◆◆

१३. बासुंदी आणि अथर्वशीर्ष

आश्विन शु. ४, १८९७

आज कारावासातील प्रथम दिवस. सर्व थोर नेते कारावासात दैनंदिनी लिहितात, असे वाचले होते. म्हणून आम्हीही रोज दैनंदिनी लिहिणार आहोत— निदान अधूनमधून तरी लिहिणार आहोत.

काल संध्याकाळी शासनाच्या आरक्षींनी आम्हाला अटक केली. प्रथम आम्ही भ्यायलो. नंतर संतापलो. मग मनात आले, आरक्षींवर रागावण्यात काय अर्थ? ते आज्ञापालन करणारे शासनाचे सेवक. त्यांनी स्वयंचालिकेत बसवले आणि धुळ्याला आणले. रात्रभर प्रवास. सर्वांग आंबून गेले. सारा दिवस आळसात आणि अधून-मधून डुलक्या घेण्यात गेला.

ही दैनंदिनी लिहून झाली की निद्रादेवीच्या कुशीत रिघणार आहे.

आश्विन शु. ५, १८९७

आज पंच-पंच उष:काली जाग आली. आठवणीने गीता पिशवीत टाकली होती, ती उघडली. दुसऱ्या अध्यायातील 'योगस्थ कुरु कर्माणि'पासून 'ब्रह्मनिर्वाण मृच्छति'पर्यंतचे श्लोक पठण केले. मन प्रसन्न झाले. तद्नंतर माध्यान्हीपर्यंत चिंतन केले.

भोजनात वरण नव्हते. तुपाची धारही नव्हती. मुगाचे वरण आयुष्यात प्रथमच चाखले. ज्वारीच्या भाकऱ्या अंमळ जाड होत्या. मनात विचार आला, अशा भोजनाला प्रतिदिनी तोंड कसे द्यायचे? अखेरीस मनाचा घडा केला. 'उदरभरण नोहे! जाणिजे यज्ञकर्म।'

असे स्वत:ला बजावले आणि अपोष्णी घेऊन क्षुधाशांती करू लागलो.

नेहमीपेक्षा अंमळ अधिक भोजन झाले होते. परिणामी, शरीर जड झाल्यासारखे वाटले. तीन तास वामकुक्षी केली.

संध्याकाळचे सहा वाजले आणि नकळत हात शिवशिवू लागले. लाठीचे स्मरण झाले. पुण्यनगरीला असतो, तर या वेळी लाठी घेऊन 'खंडो बल्लाळ शाखे'त गेलो असतो. अंगाभोवती लाठी फिरवून स्वसंरक्षण कसे करावे याचे वस्तुपाठ घेतले असते. अबलेवर कुण्या दुष्टाने हात टाकल्यास लाठीचा धाक दाखवून त्यास कसे पळवून लावायचे याचे धडे घेतले असते. हर हर! आता हे कसे शक्य आहे?

कंठ दाटून आला. नेत्री पाणी तरारले. कारागृहाच्या कोपऱ्यात गेलो. एकट्यानेच 'दक्ष', 'आराम' करीत राहिलो. अर्धा-एक तास तसे केल्याने बरे वाटले. शरीर ताजेतवाने झाले.

ब्रह्मानंदी टाळी लागली होती. त्यातून बाहेर आलो आणि समोर पाहिले. चार-पाच अज्ञजन दात काढून फिदीफिदी हसत होते! हास्य छद्मी होते— बहुधा समाजवादी असावेत!

मनाची शांती ढळू दिली नाही. डोळे मिटून प्रार्थना केली : 'श्री गणराया, यांना सद्बुद्धी दे! परकर्मसहिष्णुता यांच्या अंगी बाणू दे!'

रात्री भोजनाला बटाट्याची भाजी होती. माध्यान्हीच्या भोजनापेक्षा चार घास अधिक पोटात गेले. पोटात 'गोविंद गोविंद' झाले. सपाटून सुरसुरी आली. निद्रेस आवर घातला आणि दैनंदिनी लिहायला बसलो.

आश्विन कृ. २, १८९७

प्रात:समयी जाग आली, तेव्हा 'उद्या संकष्टी चतुर्थी आहे' या गोष्टीचे स्मरण झाले. कारागृहात ती कशी काय साजरी होणार, या चिंतेने व्यथित झालो. सकाळचा चहा घशाखाली उतरेना.

परंतु श्री गजानन हे जागृत दैवत आहे याची सुखद प्रचिती आली!

स्नानसंध्या करून पाय मोकळे करण्यासाठी कारागृहाबाहेर आलो, तो एक मध्यमवयीन कार्यकर्ते सामोरे आले.

"आपण आमच्यातले दिसता?" ते म्हणाले.

"होय. आपण कसे ओळखले?"

"गौरवर्ण आणि घारे नेत्र— शिवाय तेज:पुंज शरीर! कुठून आलात?"

"पुण्यनगरीहून! गोडबोले उपनाव. आपण?" आम्ही विचारले.

"मंगलमूर्तिपूरहून. आबा कर्वे."

"या नावाचे गाव महाराष्ट्रात आहे?" आम्ही पृच्छा केली.

"मंगलमूर्तिपूरचे यावनी नाव अहमदनगर आहे! असो. आपण संकष्टी चतुर्थी करता ना?"

"हो. पण कारावासात कसे जमणार?"

"का नाही जमणार? आम्ही सर्व जमवून आणले आहे!" त्यांनी एक यादी काढली. तीत आमच्या नावाचा अंतर्भाव केला.

"उपवासाचे पदार्थ येथे उपलब्ध आहेत?"

"तर! वरीतांदळाचा भात, साबुदाण्याची भगर, भुईमूगशेंगाचे लाडू, उकडलेली रताळी, केळी आणि ताक— असा खासा बेत आहे. आपली काही सूचना?"

"बटाट्याची भाजी करता येईल का पाहा."

"ठीक, ठीक." त्यांनी दुसऱ्या यादीत लिहून घेतले.

"कारागृहात आपली किती मंडळी आहेत? आपली म्हणजे, संकष्टी चतुर्थी करणारी?"

"पन्नासएक आहेत."

"सबंध महाराष्ट्रातल्या कारागृहांत?"

"पाच-सहा सहस्त्रं असावीत. निश्चित कल्पना नाही. उद्या आपला अन्य मंडळींशी परिचय होईलच. आम्ही आता निघतो. यादी पूर्ण व्हायची आहे."

श्री गजाननास सुखकर्ता, दुःखहर्ता म्हणतात ते उगाच नव्हे!

सबंध दिवस श्रींचे नामस्मरण केले.

आश्विन कृ ३, १८९७

प्रातःकाली उठून कारागृहाजवळील बागेत गेलो. दुर्वा खुडण्यात तासभर गेला. जुड्या तयार केल्या. स्नानसंध्या करून, सोवळे नेसून पाकखान्यात गेलो. कर्वे होतेच. अन्य मंडळी होती. शेंगदाणे भाजण्याचे काम आमच्या वाट्याला आले. ते आम्ही चोखपणे पार पाडले.

बारा वाजता पंगत बसली. कर्वे म्हणाले, "आणीबाणीमुळे तोटे खूप झाले असतील—पण एक फायदा मात्र झाला!"

"तो कोणता?" कुणीतरी विचारले.

"आपण सर्व पाकशास्त्रकुशल झालो! आपल्यातील अनेक जण अविवाहित आहेत. त्यांना या कौशल्याचा उपयोग होईल!"

"कधी उपयोगी होईल? कारागृहाबाहेर गेल्यानंतर ना? पण ती वेळ या

जन्मात येईल की नाही, श्री गजानन जाणे!'' पन्नाशीतले एक गृहस्थ विमनस्कपणे बोलले.

या त्यांच्या उद्‌गारांमुळे सर्वत्र विषण्णतेची छाया पसरली. सर्वांनी उपवासाचे पदार्थ पोटभर खाल्ले खरे, पण कोणाचेही खाण्यात मन नव्हते. एक यज्ञकर्म म्हणून जो-तो उदरभरण करत होता, हेच खरे!

सायंकाळी श्री गजाननाच्या पूजेची खास तयारी सुरू झाली. फाटक नामक एका कलाकाराने कलाबतूचे मखर तयार केले होते. मखराभोवती विजेची रोषणाई होती. दुर्वांच्या एकवीस जुड्या प्रत्येकाने मूर्तीस वाहिल्या. पाच-दहा लोकांनी घनगंभीर आवाजात अथर्वशीर्षाचे पठण सुरू केले.

''ॐ नमस्ते गणपतये । त्वमेव प्रत्यक्षं तत्त्वमसि ।
त्वमेव केवलं कर्तासि । त्वमेव केवलं धर्तासि ।
त्वमेव केवलं हर्तासि । त्वमेव सर्वं खल्विदं ब्रह्मासि ।
त्वं साक्षादात्मासि नित्यं ॥''

वातावरणात गांभीर्य निर्माण झाले. मन उत्फुल्ल झाले. अंगातून अष्टसात्त्विक भाव उसळून आले. आणीबाणी, कारावास, कुटुंबाविषयीची चिंता— सर्वांचे विस्मरण झाले. श्री गजाननाची मंत्रोच्चाराने षोडषोपचारे पूजा करताना तर देहभान विसरलो.

समाजवादी मित्रांना कॉफीपानासाठी व प्रसादग्रहणासाठी निमंत्रित केले होते, परंतु दुरून ते टवाळी करीत होते. मंत्रोच्चाराची थट्टा करीत होते. प्रसादग्रहण करण्यास त्यांनी नकार दिला. आजपर्यंत या मंडळींनी टवाळीशिवाय केलेय काय? वातानुकूलित, पंचतारांकित उपहारगृहात 'भारतातील दारिद्र्या'वर परिसंवाद घेतील; परिसंवादानंतर स्कॉटलंड देशाहून आयात झालेला मद्यविशेष मनसोक्त पितील! संकष्टी चतुर्थीचे कॉफीपान व प्रसाद मात्र निषिद्ध! अस्तु.

सुदैवाने चंद्रोदय ८ वाजून २५ मिनिटांनी होता. भोजन करताना एक महत्त्वाचा निर्णय आम्ही सर्वांनी घेतला : उद्यापासून कारागृहात शाखा उघडावयाची! पन्नास-साठ लाठ्यांची व्यवस्था करणे आले. ''अधिकारीवर्ग कनवाळू आहे, मृदू भाषेत सांगितल्यास खात्रीने व्यवस्था करील,'' असे कर्वे म्हणाले. या निर्णयाच्या योगे मन उत्फुल्ल झाले. क्षुधा बळावली. चार घास अधिक खाल्ले.

श्री गजाननाचे नामस्मरण करीत निद्राधीन झालो.

आश्विन कृ. ५, १८९७

आज खरोखरी आनंदाचा दिवस! सायंकाळी काळी टोपी, पांढरा शर्ट, खाकी अर्धी तुमान, पट्टा— हा गणवेश अंगात चढवून संघस्थानाकडे गेलो.

ध्वजप्रणाम झाल्यावर लाठीच्या क्रमिका पार पडल्या. 'समद्वंद्व', 'विषमद्वंद्व' खेळलो. कर्वे, पेंडसे, फाटक या मंडळींनी सर्व सामग्री जमा केल्याचे पाहून अचंबा वाटला. 'वेत्रचर्म' युद्ध खेळावयाची सवय तुटली होती. त्यामुळे वेत्रचर्माचे सपासप वार लागून ढोपरे काळीनिळी झाली. नागपूरच्या अभिमन्यू शाखेचे बौद्धिक प्रमुख आफळे होते. आजचे बौद्धिक त्यांनी घेतले. भगव्या झेंड्यावर त्यांनी वर्ग घेतला. 'भगव्या झेंड्याचा आकार भारताच्या भूप्रदेशासारखा आहे. हिमालय पर्वत म्हणजे भगव्या झेंड्याची काठी' असे ते म्हणाले. अखंड हिंदुराष्ट्रात त्यांनी ब्रह्मदेशाचाही समावेश केला होता. त्यांचे भाषण बरेच लांबले. दोन-तीन स्वयंसेवक बसल्याजागी पेंगू लागले. कारावासामुळे बौद्धिके ऐकण्याची सवय गेलेली! आणखी चार बौद्धिके झाली म्हणजे नाही झोपणार.

अखेरीस सर्वांनी संचलनगीत म्हटले—

"टाकितो आम्ही उड्या निखाऱ्यावरी
जा तुम्ही आम्हांवरून पैल सत्वरी!"

भोजनाची वेळ होईपर्यंत अंगात वीरश्री सळसळत होती. भोजनात आज बटाट्याची भाजी होती. कुळिथाचे पिठले होते. भाजी व पिठले यांच्या जागी म्लेंच्छ असल्याची कल्पना केली व 'हर हर महादेव' म्हणत त्यावर तुटून पडलो!

आश्विन कृ. १२, १८९७

गेले काही दिवस एक प्रकारच्या धुंदीत गेले. कारागृहात बिगुल नव्हता खरा, परंतु सकाळी उठताना कानापाशी बिगुल वाजल्याचा भास होई. बिगुलातून उद्‌बोधनाचे स्वर कानी पडत. नकळत पाय जुळवून आम्ही अर्धा घटिका 'दक्ष'तेने उभे राहत असू. संध्याकाळ कधी होईल, असे होऊन जाई. लाठी फिरवून शरीराला आणि बौद्धिके ऐकून मनाला अपरंपार शीण येई.

आज वामकुक्षी झाल्यावर एका टवाळखोर समाजवाद्याचे मतपरिवर्तन करण्याचा प्रयत्न केला.

"संध्याकाळी आणीबाणीसंबंधी वायफळ चर्चा करता; शाखेत का येत नाही?" आम्ही पृच्छा केली.

"राजकारणावर चर्चा केल्याशिवाय चैन पडत नाही!" ते म्हणाले.

"राजकारण हा व्यभिचार आहे, वृत्तपत्रे हा व्यभिचार आहे! परमपूज्य गोळवलकरगुरुजी कारावासात होते, तेव्हा त्यांच्याकडे वृत्तपत्रे पाठवली जात. पण ते ती वाचत नसत. व्यर्थ वेळ दवडणे त्यांना मान्य नव्हते. त्यापेक्षा ध्यानधारणा त्यांना अधिक प्रिय होती." आम्ही अभिमानाने म्हणालो.

"असेल! तुमच्या प. पू. गुरुजींची व तुमची मते वेगळी; आमची वेगळी!"

"मग तुम्ही अतिप्रात:शाखेत या."

"अतिप्रात:शाखा? म्हणजे पहाटे उठावं लागणार! साखरझोप सोडतो कोण?"

"मग तुम्ही प्रात:शाखेत या."

"छे—छे! मी आहे सूर्यवंशी! ते नाही जमायचं!"

"मग तुम्ही अतिसायंशाखेत या!" आम्ही निर्वाणीचा उपाय सांगितला.

"नियमितपणे येणे जमणार नाही. आम्ही समाजवाद्यांनी कोणती गोष्ट नियमित केली आहे?"

"प्रत्येक गोष्टीत अनियमितपणा व बेशिस्तपणा मात्र नियमितपणे करता!" आम्ही विनोद केला.

ते हसले नाहीत. गंभीरपणे म्हणाले, "बरं, मला हे सांगा— राष्ट्रीय स्वयंसेवक संघ, हिंदू महासभा आणि जनसंघ यांच्यात फरक काय?"

"मोठा गहन प्रश्न आहे! विचार केला पाहिजे!" आम्ही चतुराईने उत्तर टाळले.

"राजकारण नको म्हणता? पण आपल्या तुरुंगातल्या एकुलत्या एका ज्यू कैद्याचे भरपूर कौतुक करता; ते का? इस्त्राईल अरबांच्या विरुद्ध आहे म्हणूनच ना?"

आम्ही केवळ भाबडे हास्य केले.

लाठीची नववी क्रमिका करीत होतो. मागच्या बाजूला वळून जमिनीवर वार केला. शेजारी उभे असलेले फाटक विषण्णपणे म्हणाले, "वार करून-करून जमिनीला खड्डा पडत आलाय. आपण कारागृहातून बाहेर पडेपर्यंत खड्डा किती खोल होणार, परमेश्वर जाणे!"

बौद्धिक सुरू असताना फाटक जमिनीवरली हरळी उपटत होते, जांभया देत होते. मध्येच आम्हाला विचारू लागले, "गोडबोले, कारावासातून लवकर सुटका व्हावी, म्हणून काय करता?"

"काय करणार? महामंत्र्यांना जन्मदिनी शुभेच्छा पाठवणार आहे. वरिष्ठ न्यायालयात सुटल्यावर अभिनंदनपर पत्र पाठवण्याचा विचार आहे. नाही सुटल्यावर सांत्वनाचे पत्र!"

"त्याने काय होणार आहे, कात!" फाटक छद्मी हसून म्हणाले, "मी सोळा सोमवारचे व्रत करतोय. दोन सोमवार राहिले आहेत. मग सांगता करणार धूमधडाक्यात! पाहा, मला फळ मिळेल!"

"तथास्तु!" आम्ही तरी काय म्हणणार!

कार्तिक शु. ४, १८९७

आज वामकुक्षीनंतर मोठी गंमत झाली! ब्राह्मण कोणाला म्हणावयाचे, यावर बखेडा झाला. कोणी विधान केले, "नेहरू म्हणजे काश्मीरचे ब्राह्मण!" आणि या विधानामुळे वादाला तोंड फुटले.

"नेहरू ब्राह्मण नव्हे; ते सारस्वत."

"सारस्वत म्हणजे ब्राह्मण नव्हेत?"

"हर हर! किती हे अज्ञान! उद्या तुम्ही परभटांना ब्राह्मण म्हणाल!"

"घरी मांसाहार व मत्स्याहार करणारे ब्राह्मण या संज्ञेस पात्र होतील काय?"

"पण आता तथाकथित ब्राह्मण मनसोक्त मांसाहार करतात ना!"

"पण ते घरी नव्हे— बाहेर! दुसऱ्यांच्या घरी अथवा हॉटेलात! महाशय, आम्ही भाषा बेतशुद्ध वापरली आहे बरे! 'घरी मांसाहार करणारे' असे सावधानपणे म्हटले हो आम्ही!"

"अरे, महाराष्ट्रके बम्मन सचमुच बम्मन नहीं हैं! इराणका एक जहाज रत्नागिरीके पास टूट गया, और ये बम्मन पैदा हुए! इसलिये ये लोग गोशमच्छी सबकुछ खाते है! सिर्फ हम कनोजी बम्मन शुद्ध बम्मन है! आज भी हम पेशाब करनेको जाते है तो कानपर यज्ञोपवित रखते है। हमारी कनोजी शाखा श्रेष्ठ द्विज शाखा है भाई! जेल में है इसलिए—बाहर तो हम आपको छूनेको भी तय्यार नहीं!"

वाद रंगात आला. तेवढ्यात समाजवादी टपकले!

"अरे, देशाला आग लागलीय! अन् तुम्ही फालतू गोष्टीवर वाद का घालताय?"

"आगीत तेल कुणी ओतलं? तुम्ही लोकांनीच ना? चोराची उलटी!" कर्वे संतापले.

"पंतप्रधान सुप्रीम कोर्टात निर्दोषी ठरल्या! इतकी वाईट बातमी; आणि तुम्ही ब्राह्मण, सारस्वत, कायस्थ अशी वांझोटी चर्चा का करताय?"

"महामंत्री निर्दोषी ठरल्या? वा:! फारच चांगले झाले! ही वाईट वार्ता असे का म्हणता?" पेंडसेंनी पृच्छा केली.

"फार चांगलं झालं?" समाजवादी ओरडले.

"अर्थात! त्यामुळे आपल्या सर्वांची सुटका होण्याचा काळ नजीक आला नाही काय?"

"कमाल आहे तुमची! स्वत:च्या सुटकेची तुम्हाला घोर चिंता लागलेली दिसते! इतके स्वार्थी असाल असं वाटलं नव्हतं!"

"चूक होते आहे आपली! आम्ही स्वार्थासाठी थोडेच म्हणतो आहोत असे? आम्ही कारावासात असल्यामुळे आमची संघटना विस्कळीत झाली आहे. तळाच्या कार्यकर्त्यांचे मनोधैर्य खचले आहे. त्यांना धीर देण्यासाठी, त्यांना सांभाळून घेण्यासाठी इथून बाहेर पडणं इष्ट आहे."

परंतु समाजवादी मित्र ऐकण्याच्या मन:स्थितीत नव्हते. ते धावत दुसऱ्या गटाकडे गेले. तावातावाने चर्चा करू लागले.

आम्ही ब्राह्मण आणि ब्राह्मण्य यावरील ऊहापोह पुढे सुरू ठेवला.

शाखेची वेळ होताच आम्ही उठलो व गणवेष घालून सिद्ध झालो.

रात्री आठवणीने महामंत्र्यांना अभिनंदनपर पत्र पाठवले.

कार्तिक शु. ५, १८९७

आज सकाळीच गोविंदराव बापट नावाचे कार्यकर्ते आमच्या कारागृहात आले. चैतन्यपूरहून ते येथे आले. चैतन्यपूर म्हणजे ज्याला सर्वसामान्यजन 'औरंगाबाद' म्हणतात, ते गाव.

आज फाटकांच्या सोळा सोमवारांच्या व्रताची सांगता होती. नेहमीच्या स्वयंपाकी कैद्यांना आज सुट्टी देण्यात आली. सर्व स्वयंपाक सोवळ्यात करावयाचा होता. महादेवाच्या पिंडीवर अभिषेक करण्याची व्यवस्था फाटकांनी केली होतीच. आम्ही सकाळी उठल्या-उठल्या कारागृहाच्या उद्यानात फुले गोळा करण्याच्या कामात गुंतलो. मोगरीची फुले वेचताना एका प्रसंगाचे स्मरण झाले. दैनंदिनीत तो प्रसंग नमूद करणे आवश्यक आहे. एरवी ती मनाची प्रतारणा होईल.

तीन वर्षांपूर्वी आम्ही आमच्या मित्राबरोबर एक चित्रपट पाहण्यासाठी गेलो होतो. चित्रपट सात्त्विक असल्याची आधी खात्री करून घेतली होती. मित्राबरोबर त्याची तरुण बहीण आली होती. त्या तरुण बहिणीने केसांत मोगरीचा गजरा माळला होता.

रात्रीचा खेळ. सायंशाखेचे बौद्धिक आटोपून, गोऱ्यांच्या खाणावळीत भोजन करून आम्ही तातडीने चित्रपटगृहाकडे आलो होतो. चित्रपट सुरू झाला आणि मोगरीचा उन्मादक सुगंध आमच्या नासिकेला येऊन भिडला. आम्ही अस्वस्थ झालो. चित्रपटात मन लागेना. दृष्टीसमोर चित्रे हलत होती आणि मकरसंक्रांतीनिमित्त करण्यात येणाऱ्या हलव्यावर जसा काटा असतो, तसा काटा सर्वांगावर तरारून आला. प. पू. गुरुजींची शपथ घेऊन सांगावयाचे म्हणजे, मनात काही पाप आले नाही; मात्र मस्तकात तो उन्मादक सुवास विष भिनावे तसा भिनला.

आमच्या मित्राने आमची अवस्था ओळखली की काय, कोण जाणे! दोन

दिवसांनी त्यांनी आमच्यासाठी बहिणीचे स्थळ आणले.

"परवा सिनेमाला आली होती, ती बहीण लग्नाची आहे. तुला पसंत असल्यास—"

"अब्रह्मण्यम्! भलतंच! आम्ही भीष्माप्रमाणे ऊर्ध्वरेत ब्रह्मचर्याची शपथ घेतली आहे!" आम्ही म्हटले.

"बाय द वे, ऊर्ध्वरेत म्हणजे काय?"

"ते आम्हाला तरी कोठे ठाऊक आहे? नाशिकच्या वसंत कानेटकर नामक नाटककारांनी तो शब्द त्यांच्या 'मत्स्यगंधा' नाटकात उपयोजिला आहे."

अस्तु. लवकरच त्या बहिणीचा विवाह झाला. तिचे पती पौगंडावस्था प्राप्त होईपर्यंत शाखेत जात होते, अशी माहिती मिळाली. ते ऐकून आम्ही त्या विवाहात त्यांना खंजिराचा अहेर केला. संघात आम्ही जी वीरवृत्ती जोपासतो, तिचाच हा लखलखीत आविष्कार!

—आज मोगरीची फुले वेचताना या सर्व प्रसंगाचे स्मरण होऊन क्षणभर अंगावर रोमांच आले, पण 'शिवलीलामृत' म्हणून आम्ही ते घालवले.

स्वयंपाक सोवळ्यात होणार, हे समजताच आमचे समाजवादी मित्र संतापले.

"हा काय मूर्खपणा आहे?" त्यांनी पृच्छा केली.

"यात मूर्खपणा कोणता? हिंदू धर्मातील कर्मकांडाचा हा अपरिहार्य भाग आहे!" फाटक उत्तरले.

"आम्ही भोजन करणार नाही!" ते म्हणाले.

"पण तुमचा स्वयंपाक तयार आहे."

"आम्ही निषेध म्हणून उपोषण करू!"

"ठीक आहे. आम्हाला दुप्पट खावे लागेल. तेही आम्ही करू. तुमच्या निषेधाचे प्रायश्चित्त म्हणून आम्ही दुप्पट खाऊन शरीराला क्लेश करून घेऊ."

"काय वाट्टेल ते करा!"

भोजन करताना चैतन्यपूरचे बापट उद्गारले, "या समाजवाद्यांचे वागणे मोठे चमत्कारिक आहे! ह्यांनी सोवळे काढून खुंटीवर टांगले आहे आणि अद्यापि त्यांना ओवळे सापडत नाही! मधल्या अवस्थेत आहेत बिचारे."

बासुंदीचे भुरके मारता-मारता आम्ही खूप हसलो.

रात्री वामनराव बापट यांच्या भजनाचा कार्यक्रम झाला. टाळ-मृदंगाच्या आवाजाने कारागृह दणाणून गेले.

कार्तिक कृ. १, १८९७

आज महामंत्र्यांचा जन्मदिवस. त्यांना शुभेच्छादर्शक पत्र पाठविले.

काल बासुंदी अंमळ जास्तच खाल्ली असावी. किंचित अपचन झाले. त्यामुळे दुपारी भोजनात भाजी असूनही तिचा फारसा आस्वाद घेणे शक्य झाले नाही.

दुपारी वामकुक्षी करीत होतो, त्या वेळी एक स्वप्न पडले. महामंत्र्यांचा खास दूत आमच्या सुटकेची आज्ञा घेऊन अश्वारूढ होऊन दिल्लीहून आला आहे... आम्ही 'खंडो बल्लाळ' शाखेत पूर्ववत् उपस्थित झालो आहोत...

या मधुर स्वप्नाच्या धुंदीत उर्वरित दिवस उल्हसित अवस्थेत गेला.

◆◆◆

१४. एक जग फुलांचं न् फुलपाखरांचं

'आयुष्यात माणसाला काहीही जमलं नाही की तो अध्यापक होतो!' ह्या हिब्रू म्हणीचं मराठी भाषांतर मी लहानपणी वाचलं होतं. त्यामुळे आयुष्यात काय करावं, हा प्रश्न लहानपणीच सुटला, हे बरं झालं. दुधाचे दात पडण्यापूर्वी 'तू कोण होणार?' असं कुणी विचारलं की, 'मी डॉक्टर होणार!' असं मी मोठ्या तोऱ्यात सांगत असे. पण नुसतं रक्त पाहून मला भोवळ येते, हे जेव्हा तीर्थरूपांनी पाहिलं; तेव्हा 'डॉक्टर व्हायला मी नालायक आहे', हे त्यांनी चाणाक्षपणे जाणलं. औषधाचा डॉक्टर झालो नाही तरी मी अर्थशास्त्राचा डॉक्टर झालो. नावामागं 'डॉ.' ही उपाधी लावली आणि लहानपणापासून मी वचनाचा पक्का— 'जे बोलेन ते करून दाखवीन!' हे मी नम्रपणे तीर्थरूपांच्या निदर्शनास आणून दिलं.

प्राध्यापकाचा व्यवसाय हा लग्नासारखा असतो. उंदीर जसा थालिपीठ खाण्यासाठी पिंजऱ्यात जातो आणि थालिपीठ खाऊन झालं की बाहेर यायला धडपडू लागतो, पण त्याला बाहेर येणं शक्य होत नाही—तसं लग्नाचं आणि प्राध्यापकी पेशाचं असतं. एकदा माणसाचं लग्न झालं किंवा एकदा माणूस प्राध्यापक झाला की, तो त्यातून बाहेर पडणं कठीणच! प्राध्यापकाला सुखासीन आयुष्याची चटक लागते. रमत-गमत कॉलेजात जावं, दोन-तीन लेक्चर्स द्यावीत—चार तासांनी घरात पुन्हा हजर! आमची एक मोलकरीण मला सदान्‌कदा घरात पाहायची. मी क्वचित लिहीत असलेला आणि बहुतेक वेळा वाचत बसलेला. तिनं एकदा माझ्या सौ. ला चिंतातुर आवाजात विचारलं, "सायबांची नोकरी सुटली-

बिटली की काय?'' मिळणाऱ्या पगारात आपण होऊन कपात करण्याची तयारीही दर्शवली, परंतु जेव्हा सौ.नं 'ह्यांची नोकरी नेहमीच सुटलेली!' असं कौतुकमिश्रित फणकाऱ्यानं सांगितलं, तेव्हा तिनं आपल्या स्वार्थत्यागाचा विचार बदलला. प्राध्यापकाला मिळणाऱ्या सुट्ट्या हा तर सर्वांच्या असूयेचा विषय. सकाळी अर्धवट झोपेत कामावर निघणारा आणि संध्याकाळी गोरज मुहूर्तावर घरी परतणारा आमचा एक मित्र भेटला की पहिला प्रश्न विचारतो, ''काय प्रोफेसर, सुट्टी कधी सुरू होणार?''

सारांश, चार तास कामाची आणि भरपूर सुट्ट्यांची एकदा सवय झाली की, दुसरी कोणतीही नोकरी प्राध्यापकाला मोह घालू शकत नाही. माझ्या आयुष्यात 'मी जिंकलेले मोहाचे क्षण' अनेकदा आले. (इतके की, त्या बळावर अनेक मासिकांचे 'एक अंक—एक रुपया' आणि 'स्वराज्य' स्पर्धेची बक्षिसं मी मिळवू शकेन!) अन्य व्यवसायांत उच्च पदावर जाऊन बसलेल्या माझ्या मित्रांनी मारुतीच्या बेंबीत हात घालून विंचवाच्या नांगीचा प्रसाद मिळविणाऱ्या मुलांप्रमाणे मलाही अधिक पगाराच्या धावपळीच्या व्यवसायात ओढण्याचा घाट घातला. पण ''भाजी-भाकरीची (किंवा भात-माशाच्या आमटीची) उत्तम सोय झाल्यावर पापड-चटणीसाठी प्राध्यापकी जीवन सोडायचं कशाला?'' असा बिनतोड मुद्दा मांडून त्यांचा मला माझ्या आयुष्यातून उठवण्याचा बेत मी हाणून पाडला! निर्जीव फायलींत डोकं खुपसून बसण्यापेक्षा तरुण मुला-मुलींना सामोरं जाणं, त्यांचे टवटवीत-उत्फुल्ल चेहरे पाहणं कोणत्याही रसिकाला आवडेल. हा ज्याच्या-त्याच्या वृत्तीचा प्रश्न आहे.

लांबून दिसतो तसा प्राध्यापकाचा व्यवसाय सोपा नाही. सर्वांना हे शिवधनुष्य पेलता येईल, असंही नाही. या पेशात 'इन्फण्ट मोरटॅलिटी'चं प्रमाण खूप. पंचेचाळीस मिनिटं लेक्चर देण्याची तयारी करून वर्गात शिरणाऱ्या होतकरू प्राध्यापकाचं लेक्चर पंधरा मिनिटांत संपतं आणि घंटा होईपर्यंतची तीस मिनिटं त्याला तीस युगांसारखी वाटू लागतात, हे तत्सम अनुभव असणाऱ्यांना सांगायला नकोच. मुलं मोठी चलाख असतात. नव्या प्राध्यापकाचं पाणी ती अचूक जोखतात. मागच्या बाकावरून मांजर, कुत्रा, कोंबडा वगैरे पशुपक्ष्यांचे चित्रविचित्र आवाज येऊ लागले, शिंका आणि जांभया यांची लागण वर्गभर पसरली की, कपाळावर न् मानेवर जमणारा घाम पुसायला टॉवेल अपुरा पडतो! कागदी बाणांच्या वर्षावामुळे अनेक उदयोन्मुख प्राध्यापक धारातीर्थी पतन पावले आहेत. फटाकडे, आपटबार यांसारख्या दारूगोळ्याच्या भडिमाराला घाबरून रणांगण सोडून पळून जाणाऱ्या नवप्राध्यापकांची संख्या दुर्लक्षणीय खास नाही!

कवीप्रमाणे खरा प्राध्यापक जन्मावाच लागतो! मुलांशी झालेल्या पहिल्या गाठीभेटीत त्यांच्यावर हुकमत गाजविणारा प्राध्यापक 'ही केम, ही सॉ, अँड ही

काँकर्ड' या जातीचा असतो. बी. ए., एम. ए.च्या वर्गात यशस्वी होणाऱ्या प्राध्यापकाला एफ. वाय., इंटरच्या मुलांशी जमवून घेणं जमेलच असं नाही. खालच्या वर्गातील मुलांशी ज्याची 'वेव्ह-लेंग्थ' जुळते, तो खरा यशस्वी प्राध्यापक. विद्वत्तेचा यशाशी काहीही संबंध नसतो. मिसरूड फुटू लागलेल्या कोवळ्या पोरांनी आंतरराष्ट्रीय सन्मान मिळवणाऱ्या अनेक पुस्तकी विद्वानांना महाविद्यालयाच्या प्रांगणाबाहेर कायमचं हद्दपार केलं आहे!

अशा एका विद्वान प्राध्यापकानं पहिल्या लेक्चरमध्ये सांगितलं, ''मॅन ईज रॅशनल ॲनिमल—''

''व्हॉट अबाउट वुमन सर?'' एका तरतरीत मुलीनं भाबडेपणाचा आव आणून प्रश्न केला.

या अनपेक्षित प्रश्नावर तत्काळ उत्तर न सुचल्यामुळे तो विद्वान प्राध्यापक 'त् त् त्—प-प' करू लागला. मग जबरदस्त स्टँपिंग, प्राध्यापकाचं संतापानं ओरडणं, स्टँपिंगचा अधिकच मोठा गदारोळ... हा सामना अखेरीस मुलांनी जिंकला!

सध्या हा (कै.) प्राध्यापक एका प्रायव्हेट फर्ममध्ये निर्जीव फायलींशी कानगोष्टी करण्यात गढून गेला आहे!

काही प्राध्यापक मोठे मुरब्बी असतात. आपल्या प्राध्यापकांनी दिलेल्या नोट्स ते वर्षानुवर्षं वापरत राहतात. या मंडळींचा पंधरा वर्षांचा अनुभव म्हणजे तिथला पंधरा वेळा शिकवण्याचा अनुभव! काही कादंबरीकार एकच कादंबरी सत्तर, ऐंशी, नव्वद वेळा लिहितात; तसंच हे! विशिष्ट विषय शिकवताना कोणता विनोद करायचा, हेही त्यांनी नोट्सच्या मार्जिनमध्ये लिहिलेलं असतं. त्यामुळे १९५० च्या ऑगस्टच्या पहिल्या आठवड्यात त्यांनी इंटरच्या वर्गात जो विनोद केला होता, तोच विनोद १९७५ च्या ऑगस्टच्या पहिल्या आठवड्यात ते त्याच निष्ठेनं करतात! एका राक्षसाचा जीव पिंजऱ्यातल्या पोपटात अडकलेला होता म्हणे. त्या पोपटाला ठार केल्यावर राक्षस मरतो, ही कथा सर्वश्रुत आहे. अशा प्राध्यापकांचा जीव त्या जिवापाड जतन केलेल्या नोट्समध्ये अडकलेला असतो! पानशेतच्या पुरात या नोट्स वाहून गेल्यामुळे पुण्याच्या एका प्राध्यापकाने नोकरीचा राजीनामा द्यायचा बेत केला होता, पण ऐनवेळी त्याच्या एका शिष्योत्तमानं आपल्या जवळच्या नोट्स गुरूंना नजर करून त्यांना जीवदान दिलं— हा शिष्योत्तम पुढं प्राध्यापक झाला, हे चाणाक्ष वाचकांना सांगायला नकोच!

मराठी, संस्कृत, फ्रेंच आदी भाषा शिकवणाऱ्या प्राध्यापकांना वर्षानुवष त्याच त्या नोट्स वापरता येत नाहीत. दर तीन वर्षांनी पाठ्यपुस्तकं बदलत असतात, ही त्यांची मोठीच अडचण असते. भाषा विषयाच्या प्राध्यापकांची पुस्तकं

जिज्ञासूंनी पाहावीत. निबंध, कविता आदींच्या आगंमागं शब्दार्थ, अन्वयार्थ, टिपा नुसत्या चिताडलेल्या असतात. (हे प्राध्यापक विद्यार्थ्यांना 'गाइड्स' वाचू नका, म्हणून पुन: पुन्हा का बजावतात याचं इंगित चतुर वाचकांना कळावं!) हे महत्त्वाचं पुस्तक घरी राहिलं, तर त्या दिवशीचं लेक्चर 'काही अपरिहार्य कारणामुळे' कॅन्सल!

कॉलेजमध्ये सर्वांत प्रेक्षणीय स्थळ म्हणजे 'स्टाफ रूम.' विविध प्रकारचे नग इथं एकत्र आलेले असतात. अनेक भावभावनांचं, प्रवृत्तींचं संमेलनच जणू काही इथं भरलेलं असतं! आपल्या विषयात आणि सर्वज्ञ असल्याच्या गैरसमजात मश्गूल असणारे, शंका विचारायला आलेल्या विद्यार्थ्यांवर डाफरणारे, आपल्या 'हेड ऑफ द डिपार्टमेंट'विरुद्ध दुसऱ्या प्राध्यापकांशी कागाळ्या करणारे, झोपणारे, घोरणारे, पेंगणारे... सर्व तऱ्हेचे प्राध्यापक! "या वर्षीसारखे डल्, नटोरिअस विद्यार्थी जन्मात पाहिले नाहीत!" असं दर वर्षी सांगणारे, 'शिकवणं' सोडून अन्य सर्व एक्स्ट्राकरिक्युलर ॲक्टिव्हिटीजमध्ये रस घेणारे, सुट्टीची वाट पाहणारे, अविवाहित प्राध्यापिकांकडे विशेष ममत्वानं गप्पा मारणारे— हर तऱ्हेचे प्राध्यापक!

यातील वैशिष्ट्यपूर्ण प्रकार म्हणजे प्राध्यापिका. राजकारण, शिक्षणपद्धती यांसारख्या विषयांवर चर्चा करणाऱ्या प्राध्यापिका अद्यापि जन्माला यायच्या आहेत!

"काय मिसेस कुलकर्णी, साडी सुरेख आहे हं! कसली ट्विंकल नायलॉनची दिसत्येय—"

"काय गायतोंडे, दादर टी. टी. ला फुल वायल्स आल्या आहेत; पाहिल्यात का?"

"मिस परेरा, आज अगदी पॉशमध्ये, बरं का! हेअर स्टाइल शर्ले मॅक्लेनच्या तोंडात मारील!"

"ब्युटी पार्लरमध्ये वीस रुपये मोजले खणखणीत— या हेअर स्टाईलला!"

"अय्या, टॉप इन टाउनमध्ये पंधरा रुपये चार्ज करतात!"

यांसारख्या गहन विषयांवर तासन्तास चर्चा सुरू असते. विवाहित प्राध्यापिका हे एक वेगळंच प्रकरण आहे. संसार, मुलं सांभाळून आपण कॉलेजमध्ये येऊन शिकवतो म्हणजे अखिल मानवजातीवर उपकार करतो, अशी त्यांची प्रामाणिक समजूत असते. 'स्टाफ मीटिंग'मध्ये प्रिन्सिपॉलनी टर्मिनल परीक्षेची वेळ 'सकाळी नऊ ते बारा' असल्याचं जाहीर केल्यावर मीटिंग बरखास्त होते. त्यानंतर या विवाहित प्राध्यापिकांत होणारा संवाद मोठा श्रवणीय असतो.

"नऊ ते बारा वेळ कशी जमायची बाई?"

"का हो? काय अडचण आहे?"

"माझ्या मिस्टरांचं ऑफिस साडेदहाचं आहे. मी स्वत: वाढल्याशिवाय

जेवतच नाहीत ते नीट!''

''माझ्या मिस्टरांचं ऑफिस अकराचं आणि रोज ते मला स्कूटरवरनं पोचवतात. नऊच्या आधी ते कसे येऊ शकणार मला पोचवायला?''

''माझीही पंचाईतच आहे! अतुल वर्षाचा आहे. सकाळी नऊला उठतो. त्याला सांभाळायला येणारी बाई दहाला येते. मग हे सगळं कसं जमवायचं?''

''मी उठतेच सकाळी आठ वाजता!''

''ते का?''

''इश्श!''

''अहो, त्यांचं नुकतंच लग्न झालंय!''

''आपण साऱ्या जणी प्रिन्सिपॉलना जाऊन सांगू या, परीक्षेची वेळ तीन ते सहा करा म्हणून!''

''तीन ते सहा? मला नाही जमणार! मुलं शाळेतून पाच वाजता घरी येतात. त्यांना दूध द्यायचं असतं, खायला करायचं असतं. आपण सांगू या, परीक्षाच रद्द करा!''

''छान आहे कल्पना! परीक्षा झाल्यानंतर पेपरांचे ते गठ्ठे तपासायला वेळ आहे कुणाला!''

''पण मांजराच्या गळ्यात घंटा कोण बांधणार?''

''मांजर कुठलं— बोका म्हणा!''

या प्रचंड विनोदावर सर्व जणी पाच मिनिटं फिदीफिदी हसतात.

कटात आणखी काही मंडळींना सामील करून घ्यावं, या उद्देशानं मिसेस गायतोंडे प्राध्यापक घाटपांड्यांना म्हणतात, ''प्रोफेसर घाटपांडे, सकाळची नऊ ते बारा ही वेळ नाही म्हटलं तरी फार गैरसोईची. तुमचं हेच मत आहे ना?''

''मुळीच नाही! परीक्षेची वेळ रात्री नऊ ते रात्री बारा असली तरी मला चालेल!'' प्राध्यापक घाटपांडे बाजी प्रभू देशपांडेच्या आवेशात सांगतात!

''हो— रात्री नऊ ते बारा म्हणे! सडेफटिंग कुठले! दुसरा उद्योग काय ह्यांना? कॉलेज एके कॉलेज! ह्यांचं आमच्यासारखं थोडंच आहे?'' मिसेस गायतोंडे मिसेस कुलकर्ण्यांना सांगतात.

एकदा मी टर्मिनल परीक्षेला सिनिअर सुपरयायझर होतो. परीक्षा नऊला सुरू झाली. भूगोलाच्या प्राध्यापिका (भूगोल या विषयाशी इतक्या तद्रूप झालेल्या, की त्यांचा आकारही पृथ्वीच्या गोलकासारखा होता!) इनामदार साडेअकरा वाजता घामाघूम होऊन टपकल्या.

''मिसेस इनामदार!'' मी थोडा वैतागलो होतो. ''ही काय यायची वेळ

झाली?''

"वाजले किती?''

"साडेअकरा. बारा वाजता पेपर संपणार. तुम्ही काय पेपर सुटायची बेल द्यायला आलात?''

यावर एकाएकी इनामदारबाईंनी गळा काढला— ध्यानीमनी नसता! मी तर हबकलोच. म्हणजे हे अगदी विचित्रच होतं. भूगोल शिकवणाऱ्या एम. एस्सी. झालेल्या बाईंनी स्टाफ रूममध्ये चक्क रडावं? धिस इज टू मच-!

"अहो अहो—हे काय? माझं काही चुकलं का?''

"हो—'' त्या स्फुंदत म्हणाल्या. "मी इथं पाच वर्षं टीचिंग करत्येय. मला तुम्ही एकदम प्यून बनवलंत!''

"प्यून? ते कसं काय?''

"हो! मला तुम्ही बेल वाजवणारी बनवलंत! प्यूनचं काम दिलंत!''

"अहो पण—'' मी सर्द झालो. तलवारीचे दोन्ही हात, बॉक्सिंग—सारं काही करायला मी तयार आहे; पण हे रडणं? छे छे — आपण शरण आहोत!

तेवढ्यात दोन डेमॉन्स्ट्रेटर्स आत घुसल्या. दोघींपैकी एक विवाहित, एक अविवाहित.

"काय झालं हो, मिसेस इनामदार?''

मग मिसेस इनामदारांनी नाकडोळे कोरडे करीत आमचा सुखसंवाद सांगितला. बायकांचं एक बरं असतं— रडणं हुकमी, थांबवणंही हुकमी!

"तुम्ही त्यांना असं म्हणायला नको होतंत!'' एक म्हणाली.

"त्यांची अवस्था तुम्ही ध्यानात घ्यायला हवी होती. तुम्ही त्या अवस्थेत असता, म्हणजे कळलं असतं!''

"अवस्था?'' मी गोंधळून विचारलं.

"त्या प्रेग्नंट आहेत— शी इज कॅरिंग!''

"पण— मग— मी काय करू त्याला?''

"तुमच्याकडून किमान सहानुभूतीची तरी अपेक्षा होती!''

इनामदारबाई कोरडे झालेले डोळे आणखी कोरडे करीत उद्‌गारल्या, "तुम्हा पुरुषांना स्त्री कोणत्या दिव्यातून जाते याची कल्पना नसते—'' अशा वाक्यानं त्यांनी 'तुम्हा पुरुषांना'वर जे लेक्चर सुरू केलं ते बाराची, परीक्षा संपल्याची घंटा होईपर्यंत सुरू होतं!

'प्रेग्नसी'वरून आठवण झाली : विवाहित प्राध्यापिकांची 'मॅटर्निटी लीव्ह' हे फार त्रासदायक प्रकरण असतं. टर्म सुरू असली की या प्राध्यापिका तीन महिने

गडप होतात. धड पूर्ण वेळ नवा प्राध्यापक नेमता येत नाही, अन् तीन महिन्यांपुरता माणूस मिळणं अशक्य होतं! विद्यार्थ्यांचे पुरते हाल. निम्माशिम्मा अभ्यास राहून जातो. ''डिलिव्हरीनंतर किनई भारी वीकनेस आला!'' त्यामुळे जादा लेक्चर्स घेऊन अभ्यास करून काढण्याचा प्रश्न निकालात निघतो. आमच्या कॉलेजातल्या एक फ्रेंच शिकवणाऱ्या प्राध्यापिका टर्म सुरू व्हायच्या वेळी, म्हणजे एक जुलैला मॅटर्निटी लीव्हवर जात आणि टर्म संपायच्या वेळी, म्हणजे एक ऑक्टोबरला परत जॉइन होत. या बाबतीत त्यांचं 'प्लॅनिंग' इतकं परफेक्ट की, सतत तीन वर्षं त्या पहिली टर्म रजेवर असायच्या. त्यांचा ट्रॅंगल पुरा होईपर्यंत कॉलेजमधल्या एका पिढीला फ्रेंच भाषेचं अर्धवट ज्ञान प्राप्त झालं! फार पूर्वी एका विद्यापीठात बी. ए. चे पेपर्स अपघातानं आग लागून जळून खाक झाले. त्यामुळे विद्यापीठाने परीक्षेला बसलेल्या सर्व विद्यार्थ्यांना बी. ए. पदवी बहाल केली. ही मंडळी 'जळके बी. ए.' म्हणून ओळखली जाऊ लागली. 'मॅटर्निटी लीव्ह'च्या धगीत होरपळलेल्या विद्यार्थ्यांना आम्ही स्टाफ मेंबर्स 'मॅटर्निटी बी. ए.' म्हणत असू!

कॉलेजमध्ये अनेक मंडळं आणि असोसिएशन्स असतात. ही मंडळं चालवणं म्हणजे संबंधित प्राध्यापकांना डोकेदुखी! 'इकॉनॉमिक्स असोसिएशन'च्या उद्घाटनापेक्षा विद्यार्थ्यांना 'कला मंडळा'च्या उद्घाटनात अधिक रस वाटतो. गंभीर विषयावर एखाद्या विद्वानाचं भाषण ऐकण्यापेक्षा हिंदी सिनेमातल्या एखाद्या नटाला व नटीला नुसतं पाहायलाही त्यांना मनापासून आवडतं. एखाद्या अर्थशास्त्रज्ञाची वा महान साहित्यिकाची किंमत विद्यार्थ्यांच्या लेखी शून्य; शशी कपूर, शर्मिला टागोर यांचं केवळ दर्शन व्हावं म्हणून डोळ्यांत प्राण आणून विद्यार्थी उभे! कला मंडळ सोडल्यास अन्य मंडळांचे प्रपंच चालवणं म्हणजे त्या मंडळांच्या अध्यक्ष-उपाध्यक्षांना तारेवरची कसरतच वाटते. एवढा बडा पाहुणा बोलावयाचा— हॉलमध्ये शुकशुकाट! मुलंच नाहीत, तर करायचं काय?

एकदा मराठी वाङ्मय मंडळाचा कार्यक्रम होता. एक बडे साहित्यिक 'प्राचीन वाङ्मयातील विदग्ध रसवृत्ती' अशा गहन विषयावर बोलणार होते. साडेपाच वाजता भाषण. वक्ते पाचला हजर. मराठीचे तीन प्राध्यापक, प्राचार्य, उपप्राचार्य आणि मराठी न शिकवणारे पण साहित्यात रस घेणारे माझ्यासारखे दोन-तीन प्राध्यापक— बस्स, सारे मिळून श्रोते एवढेच!

सर्व वर्ग धुंडाळले. वर्ग कधीच सुटले होते. परीक्षेला अजून खूप वेळ होता. त्यामुळे लायब्ररीत औषधाला विद्यार्थी नाही! मोठा बाका प्रसंग. वक्ते तर संदर्भासाठी बडे-बडे ग्रंथ हातात घेऊन सभागृहात जाण्यासाठी सज्ज!

मग मी कॉलेज ऑफिसमध्ये गेलो. ऑफिसची वेळ संपत आली होती.

एक जग फुलांचं न् फुलपाखरांचं / १२१

त्यामुळे मंडळी घरी जायच्या तयारीत. दहा-बारा-लोक म्हणजे मोठीच संख्या. सर्वांना दादापुता करून थांबवलं. चहा-चिवड्याचं आमिष दाखवून त्यांची सभागृहाकडे रवानगी केली. फिजिक्स प्रयोगशाळेत दहाएक मुलं प्रॅक्टिकल्स आटोपून बाहेर जायच्या तयारीत होती; त्यांनाही सभागृहाकडे पिटाळलं. मग पुन्हा तिष्ठत बसलेल्या व्याख्यात्यांकडे आलो.

"आज श्रोते कमी आहेत— पण ऑडियन्स अगदी सिलेक्टेड आहे!" मी म्हटलं.

"वा! फारच छान! अशा विषयात ज्यांना खराखुरा रस आहे, तेच येणार माझ्या व्याख्यानाला!" वक्ते तृप्त होत्साते म्हणाले.

मग त्यांनी त्या 'सिलेक्टेड ऑडियन्स'समोर 'प्राचीन वाङ्मयातील विदग्ध रसवृत्ती' या विषयावर तब्बल पावणेदोन तास व्याख्यान दिलं! श्रोतृवर्ग सारखा चुळबुळत होता. "सहा-पस्तीसची डोंबिवली फास्ट चुकणार—", "सहा-एकोणसाठची ठाणा लोकल बोंबलली!", "आयला, उद्या सकाळपर्यंत बडबडणार की काय हा पोंगा पंडित?" —यांसारख्या श्रुतिमधुर कॉमेंट्स माझ्या कानांवर आदळत होत्या. मी मख्खपणानं 'विदग्ध रसात' डुंबत होतो!

व्याख्यान संपल्यावर विद्यार्थी अर्धमेल्या अवस्थेत घरोघर निघून गेले. चहापाणी झाल्यावर आणि वक्ते निघून गेल्यावर ऑफिस स्टाफने माझ्याभोवती घेराव घेतला.

"आमची अशा प्रकारच्या व्याख्यानाला हजर राहायला मुळीच हरकत नाही—" आमचे ऑफिस सुपरिंटेंडेंट म्हणाले, "पण त्यासाठी आम्हाला ओव्हरटाइम मिळाला पाहिजे!"

"ओव्हरटाइमपेक्षा 'ऑडियन्स अलाउन्स' द्या, व्याख्यानांच्या संख्येप्रमाणं! नाहीतर दर महिन्याला ठराविक रक्कम—" आमच्या अकाउंटंटनी सूचना केली.

आमच्या आर्ट्स विभागातला सर्वांत महत्त्वाचा निकाल म्हणजे इंटरचा. कारण तो निकाल झाला की मुलं 'स्पेशल बी. ए.'कडे वळतात. अर्थशास्त्र हा बी. ए. पातळीवरचा सर्वांत लोकप्रिय विषय. शंभरापैकी नव्वद मुलं अर्थशास्त्र घेतात आणि उरलेली दहा इंग्रजी, तत्त्वज्ञान, मराठी, संस्कृत, इतिहास वगैरे विविध विषयांत विभागली जातात. अर्थशास्त्राच्या प्राध्यापकांपुढे मुलांची विनाकारण गर्दी कशी कमी करावी, हा प्रश्न असतो; मात्र बाकीच्या विषयांची परिस्थिती दयनीय असते. खालच्या कोर्टात ॲफिडेव्हिट करण्यासाठी एखादा पक्षकार शिरला की अनेक वकील त्याच्याभोवती गर्दी करतात— तसाच काहीसा हा प्रकार असतो.

अशा वेळी प्राध्यापक आणि विद्यार्थी यांमधला संवाद श्रवणीय असतो. रागावून रानाकडे निघालेला ध्रुवबाळ आणि त्याची परोपरीनं समजूत घालणारे त्याचे

तीर्थरूप उत्तानपाद राजा यांच्यात झालेल्या संवादाची आठवण यावी, असा हा 'प्राप्तसंवाद' असतो :

"मिस साठे, तुम्ही मराठी विषय का नाही घेत बी. ए. ला?"

"पण मराठीला स्कोप कुठं आहे पुढं?"

"का बरं? प्राध्यापिका, शिक्षिका— रेडिओवर, इतकंच काय, टी. व्ही. वर चान्स मिळेल."

"पण मराठीची लेक्चर्स अकरा वाजता सुरू होतात—"

"तुम्हाला ती वेळ जमत नाही का?"

"नाही ना! मी एका शाळेत शिकवते, ती शाळा एक वाजता सुटते—"

"मग लेक्चर्सची वेळ दोनला ठेवू—"

"दोन म्हणजे टू अर्ली! घरी जाऊन जेवण करून, थोडी विश्रांती घेऊन यायचं म्हणजे—"

"तीन वाजता चालेल?"

"हो! पण शनिवारी ऑफ डे ठेवा—"

"का?"

"शनिवारी दुपारी मी आणि आई शॉपिंगला जातो किंवा सिनेमा, नाटक..."

"चालेल! शनिवारी लेक्चर्स नाहीत!"

"एक्स्ट्रा लेक्चर्स नकोत बरं का, सर! मला अगदी कंटाळा येतो रविवारी कॉलेजला यायचा!"

तर 'एक विद्यार्थिनी आणि तीन प्राध्यापक' असं हे प्रमाण पडतं. या एकुलत्या एक विद्यार्थिनीमुळे खाड्दिशी दहा-बारा लेक्चर्स वाढतात आणि प्रत्येक प्राध्यापकाचा कामाचा 'कोटा' पूर्ण व्हायला मदत होते. त्यामुळे तळहातावरल्या फोडाप्रमाणे या विद्यार्थिनीला जपलं जातं. मंगळागौरीचं जागरण झालं म्हणून वा तत्सम अन्य महत्त्वाच्या कारणामुळे ही विद्यार्थिनी कॉलेजला आली नाही की वर्गात शंभर टक्के अनुपस्थिती असल्यानं मराठीच्या प्राध्यापकांच्या बी. ए. लेक्चर्सना सुट्टी!

प्राध्यापकांना आपलं खरं स्थान काय आहे ते कळतं— गॅदरिंगच्या वेळी. शिस्तीच्या साखळदंडातून मुलं गॅदरिंगच्या मोसमात मोकळी झालेली असतात. या दिवसांत त्यांना कसला म्हणून धाक नसतो. दोर तोडून उधळणाऱ्या खोंडांप्रमाणं ती मोकाट सुटलेली असतात. 'विविध करमणुकी'च्या कार्यक्रमांच्या वेळी 'प्राध्यापकांच्या नकला' हा सर्वांत लोकप्रिय कार्यक्रम असतो. एरवी बावळट दिसणारी व नाकासमोर चालणारी मुलं उत्कृष्ट नकलाकार असल्याचं दिसून येतं. 'लॉजिक इज सायन्स ऑफ थॉट', 'ऑल मटेरियल बॉडीज आर इनव्हिजिबल', 'प्लेटो हॅड ब्रॉड

फोरहेड' ही वाक्यं म्हटली की, लॉजिकच्या प्राध्यापकांच्या मर्यादा कळून येतात! 'एक प्रकारचा वारा सुटला आहे. एक प्रकारचे शिवाजीमहाराज गडावर येत आहेत. एका प्रकारचा अफजलखान खाली तळ ठोकून आहे...' म्हटलं की 'एक प्रकारच्या' मराठी प्राध्यापकाची 'एक प्रकारची' आठवण सर्वांना होणारच!

'फिशपाँड' कार्यक्रम म्हणजे काळजावर हात ठेवून ऐकायचा कार्यक्रम. आपण सुपात असेपर्यंत हसायचं; जात्यात पडलो की इतरांनी हसायचं अन् आपण आवंढा गिळायचा! 'फास्ट मेल विथ लिमिटेड सप्लाय ऑफ कोल्ड' हा इतिहासाच्या प्राध्यापिकेचं सामर्थ्य आणि मर्यादा— दोन्ही दाखवणारा फिशपाँड! लग्नाच्या बाजारात अनेक वर्षं उभ्या असलेल्या अविवाहित प्राध्यापिकेला 'रंगानं दिला हात, पण नाकानं केला घात' हा फिशपाँड मिळाल्यावर ती बिचारी व्याकूळ होणारच! 'यू ॲपिअर ऑर डिसॲपिअर फॉर द एक्झॅमिनेशन', 'माय सिस्टर इज गिव्हन देअर' (माझी बहीण तिथं दिली आहे!) असलं दिव्य इंग्रजी बोलणाऱ्या केमिस्ट्री डेमॉन्स्ट्रेटरला 'सूनर यू बाय इंग्रजी ग्रामर, गुडर इट इज' हा टोला वर्मी बसणारच!

— तर असं हे प्राध्यापकांचं जग. शाळेपासून वेगळं असलेलं. प्रसन्न, रंगीबेरंगी, हवंहवंसं वाटणारं. जातिवंत रसिकाचा पाय या जगाबाहेर निघता निघत नाही. रंगीबेरंगी दिव्यांनी उजळलेलं, चिअरफुल असं हे बंदर हट्टानं सोडून गेलेले भोवऱ्यात सापडून पुन्हा या बंदराकडे परतले आहेत! पापड-चटणीच्या मोहानं हा व्यवसाय सोडून अन्य व्यवसायात शिरलेले महाभाग तिथं मानेवर जू ठेवल्यासारखे सारा दिवस राब-राब राबतात.

"काय रे बाबा, शनिवारी सकाळी ये ना घरी— जराशा गप्पा मारू." मी अशा एका महाभागाला म्हटलं.

"शनिवारी सकाळी नाही जमणार!"

"का रे? शनिवारी तुला सुट्टी असते ना?"

"त्याचं काय आहे—" तो अडखळत म्हणाला, "शनिवारी सकाळी मी त्या कॉलेजमध्ये जाऊन दोन लेक्चर्स घेतो. ऑनररी बरं का! मला बरं वाटतं, फ्रेश वाटतं. पुढल्या आठवड्यात काम करायला उत्साह वाटतो—"

तर, हे असं आहे!

छापखान्यातल्या शाईचा वास एकदा नाकात गेला की पत्रकाराला पत्रव्यवसाय आणि तोंडाला एकदा रंग फासला की, अस्सल नटाला रंगभूमी सोडवत नाही; तसंच आहे हे...

◆◆◆

१५. एक अविस्मरणीय प्रवास

बराच वेळ सुस्कारे सोडत, आढेवेढे घेत, होय-नाही करत गाडी फलाट मागं टाकून एकदाची धावू लागली! आत उकाड्यानं जीव हैराण झाला होता. वाऱ्याचे झोत अंगावर कोसळल्यावर जरा बरं वाटलं. पायांतले बूट काढून मी मोकळेपणानं बसलो आणि बसल्या-बसल्या पहिल्या वर्गाच्या डब्याचं निरीक्षण करू लागलो.

डब्यात मी धरून दोनच माणसं होती. कोल्हापूरच्या साहित्य संमेलनाला मी निघालो होतो. खर्च कॉलेजचा; त्यामुळे पहिल्या वर्गात बसण्याचा योग आला होता! पुण्याला गाडी सुटण्याची वेळ झाली तरी अख्ख्या डब्यात मी एकटाच होतो. एकट्यानं प्रवास करायचं जिवावर आलं. पहिल्या वर्गात उगाच आलो, असंही वाटून गेलं.

अखेरच्या क्षणी एक व्ही. आय. पी. व्यक्ती माझ्या डब्यात शिरली—अप्पासाहेब दातार. केंद्रीय मंत्रिमंडळात काही वर्षांपूर्वी होते. काँग्रेस पक्षाचे बडे नेते. आजवर अनेक सत्तास्थानं त्यांनी भूषवली होती. मी त्यांना ओळखत होतो. मी बडा माणूस नव्हतो, त्यामुळे त्यांनी मला ओळखण्याचा प्रश्नच नव्हता! काही का असेना; आता एकट्यानं प्रवास करावा लागणार नव्हता. एका बड्या माणसाचा सहवास योगायोगानं लाभला होता, हीच समाधानाची गोष्ट होती. हमाल त्यांची सूटकेस आणि बेडिंग वर ठेवत होता. तेवढ्यात त्यांनी वर्तमानपत्रवाल्या पोराला हाक मारून बरीच मराठी व इंग्रजी पत्रं विकत घेतली. वर्तमानपत्रांची चळत कोपऱ्यात ठेवून ते दारापाशी उभे राहिले. पोचवायला आलेल्या मंडळींशी ते बोलत राहिले.

त्यांच्या बोलण्यावरून तेही कोल्हापूरच्या संमेलनाला चालले आहेत, हे कळलं.

गाडी सुटली तशी त्यांनी हात हलवून मंडळींना निरोप दिला, दार लावलं आणि ते माझ्या समोरच्या जागेवर येऊन बसले. माझ्याकडे त्यांनी ओझरता दृष्टिक्षेप टाकला आणि माझ्या अस्तित्वाची फारशी दखल न घेता त्यांनी वर्तमानपत्रांचा ढीग विस्कटायला सुरुवात केली. प्रत्येक वर्तमानपत्र ते उघडत होते, भराभरा चाळत होते आणि हातावेगळं करत होते.

दहा मिनिटांत घोरपडी स्टेशन आलं. लगबगीनं अप्पासाहेब उठले. वर्तमानपत्रं विकणाऱ्या पोराला त्यांनी हाक मारली आणि आणखी पाच-सात वृत्तपत्रं खरेदी केली.

मी कुतूहलानं हे पाहत होतो. माझ्यासारख्यांना एक-दोन वर्तमानपत्रं पुरतात. असतं काय सगळ्या वृत्तपत्रांत? त्याच त्या बातम्या आणि ठरावीक विषयांवरील अग्रलेख! पण अप्पासाहेब माझ्यासारखे सामान्य माणूस नव्हते. राजकारणातील, समाजकारणातील एक प्रतिष्ठित व्यक्ती, एक नामवंत व्यक्तिमत्त्व. त्यांचा दृष्टिकोन वेगळा, त्यांचे हिशेब वेगळे!

"चोर आहेत हे सारे वर्तमानपत्रवाले!" अप्पासाहेब उसळून म्हणाले. त्यांचा चेहरा लालबुंद झाला होता आणि कपाळावर आठ्यांचं जाळं पसरलं होतं.

"म—मला काही म्हणालात?" मी घाबरून विचारलं. कुणी मोठ्यानं ओरडलं की, मी उगाचच घाबरतो! क्षणभर ज्याला अप्पासाहेब 'चोर' म्हणताहेत, त्या वर्तमानपत्रवाल्यांपैकीच मी एक आहे— असं मला वाटू लागलं.

"माजले आहेत हे लोक! त्यांना वठणीवर आणलं पाहिजे!"

"काय झालं?"

"अहो, मी महाराष्ट्र-कर्नाटक सीमावादासंबंधी परवा एक स्टेटमेंट काढलं होतं. कोल्हापूर संमेलनात त्यासंबंधी ठराव येणार आहे. मी त्यावर बोलणार आहे, म्हणून तर त्यांनी मला मुद्दाम निमंत्रण दिलं आहे. तर, परवा मी त्या स्टेंटमेंटच्या प्रती महाराष्ट्रातल्या तमाम वृत्तपत्रांकडे पाठवल्या. 'सांगली समाचार' न् 'विजयदुर्ग' सोडल्यास कुणीही माझ्या पत्रकाला प्रसिद्धी दिलेली नाही! बड्या वृत्तपत्रांना जाहिराती तेवढ्या पाहिजेत आमच्याकडून— हरामखोर लेकाचे!"

"जाहिराती देण्याचं तुमच्या हातात असतं?" मी भाबडेपणानं प्रश्न केला.

"अहो, आमच्या पक्षाचं राज्य आहे आणि आमच्यासारख्यांचं पक्षामधलं स्थान तुम्हाला ठाऊक आहेच!"

"आहे तर!"

"आम्ही मनावर घेत नाही म्हणून, एरवी त्यांना वठणीवर आणणं कठीण

नाही! नाक दाबलं की तोंड आपोआप उघडतं!''

''खरं आहे!'' तो नियम मला ठाऊक होता.

ती दोन महत्त्वाची वृत्तपत्रं तेवढी बाजूला काढून त्यांनी बाकीची वृत्तपत्रं रद्दीसारखी पायापाशी टाकली. मग सूटकेसमधून कात्री काढून 'सांगली समाचार' व 'विजयदुर्ग'मधली कात्रणं त्यांनी काळजीपूर्वक कापली. सूटकेसमधल्या एका गुलाबी फायलीत त्यांनी ती कात्रणं ठेवून दिली. मध्येच माझ्याकडे वळून त्यांनी विचारलं, ''तुम्हाला पाहायचं आहे चिकटबुक?''

खरं म्हणजे, त्या चिकटबुकात काय ऐवज असेल याची मला कल्पना होतीच, पण कुतूहल म्हणून ते चाळायला हरकत नव्हती. ''पाहू या की—'' मी आवाजात पुरेशी उत्सुकता दाखवीत म्हटलं.

चिकटबुक चांगलं जाडजूड होतं. त्यात अप्पासाहेबांचे असंख्य फोटो होते. नेहरू, राजेंद्रप्रसाद, राधाकृष्णन, राजाजी, पटेल— सर्व थोर नेत्यांसमवेत त्यांचे फोटो होते. वेगवेगळ्या सभांतून त्यांनी केलेल्या भाषणांचे वृत्तांत होते. कोनशिला समारंभ, पायाभरणी समारंभ, अखिल रत्नागिरी जिल्हा हॉटेल वर्कर्स फेडरेशन, चांदा डिस्ट्रिक्ट को-ऑपरेटिव्ह बँक—आपल्याकडे संस्थांना काही तोटा नाही... कुत्र्याच्या छत्र्यांसारख्या उगवतात! यांपैकी किती संस्था आता अस्तित्वात असतील, देव जाणे! मात्र, सर्वत्र आपल्या घणाघाती वक्तृत्वाने अप्पासाहेब सभा गाजवीत असलेले दिसले. 'घणाघाती' हे वृत्तपत्रीय विशेषण— कोणतंही कारण जसं 'अपरिहार्य', स्वागत जसं 'उस्फूर्त', सभा जशी 'प्रचंड'; त्याप्रमाणं राजकीय नेत्यांचं वक्तृत्व नेहमीच 'घणाघाती!'

चिकटबुक चाळता-चाळता सहज अप्पासाहेबांकडे पाहिलं, तर ते थर्मास उघडून गरम कॉफीचे घोट मजेत घेत बसलेले! ते पाहून अप्पासाहेबांसंबंधीचा एक किस्सा मला आठवला :

गोव्यातलं एक शिष्टमंडळ त्यांना त्यांच्या निवासस्थानी भेटायला गेलं होतं. महाराष्ट्र-गोवा विलीनीकरणाचा प्रश्न त्या वेळी ज्वलंत होता. शिष्टमंडळाशी बोलता-बोलता मध्येच अप्पासाहेब म्हणाले,

''थांबा हं, चहा घेऊन येतो!''

''कशाला आता? असू द्या.'' कुणीतरी म्हणालं.

''वा वा! तसं कसं? चहा घेतल्याशिवाय जोर नाही येत!''

अप्पासाहेब उठले व आत गेले. दहा मिनिटांनी धोतराच्या सोग्यानं तोंड पुशीत ते बाहेर आले. म्हणाले,

''हूं, बोला! करायचा गोवा मर्ज महाराष्ट्रात?''

अप्पासाहेबांचा हा पुणेरी पाहुणचार पाहून 'गोवा वेगळाच राहिलेला बरा', असं क्षणभर त्या विलीनीकरणवादी गोयंकरांना वाटलं असावं!

—अप्पासाहेब फुर्र फुर्र करीत चाखत-माखत कॉफी पीत असलेले पाहून मला तो किस्सा आठवला. मनातल्या मनात मी हसलो आणि पुन्हा चिकटबुक पाहू लागलो.

नीरा स्टेशन आल्यावर मी चिकटबुक त्यांना परत दिलं. प्लॅटफॉर्मवर अंजिरं विकायला आली होती. मी अर्धा किलो अंजिरं घेतली. अप्पासाहेबांच्या पुढ्यात ठेवली.

"वा वा! आम्ही घेणार होतोच. आम्हाला खूप आवडतात. रानातला मेवा आहे हा, मेवा!"

त्या मेव्याचा फन्ना उडवीत ते सांगू लागले,

"आजकालचे मंत्री स्वत:ला कोण समजतात, कोण जाणे!"

"कोण समजतात?"

"अहो, ब्रिटिशांच्या लाठ्या आम्ही खाल्ल्या, तुरुंगातील हवा आम्ही चाखली, त्याग केला आम्ही— सुख भोगायला मात्र हे दीडदमडीचे मंत्री तयार!"

"पण अप्पासाहेब, आपणसुद्धा मंत्री—"

"होतो ना! पहिल्या कॅबिनेटमध्ये होतो. दीड वर्ष होतो. पण आमच्यासारखे स्वार्थत्यागी, निष्ठावंत लोक त्यांना कसे परवडणार? आमची साधी राहणी, उच्च विचारसरणी— आणि आताचे मंत्री!"

"ते कसे आहेत?" मी भाबडेपणाने विचारलं.

"उलटे! उच्च राहणी, सामान्य विचारसरणी! परमेश्वरानं ह्यांना डोकं दिलंय फक्त पांढऱ्या टोप्या घालायला!"

"हे मात्र खरं!" मी हसून म्हटलं.

आपली पांढरी टोपी मांडीवर आपटीत ते म्हणाले,

"आता हेच पाहा ना, आम्ही तुमच्याशी दिलखुलास गप्पा मारत बसलोय— सामान्य लोकांशी बोलायला आम्हाला लाज वाटत नाही! पण ह्यांना जनतासंपर्क नको! अहो, आम्ही मंत्री असताना रस्त्यावरल्या हॉटेलात बसून भजीसुद्धा खायचो!"

"भजी घेऊ या?" मी खिडकीबाहेर पाहत विचारलं.

"मला आवडतात. पण म्हटलं—"

"घ्या हो. त्यात संकोच कसला? आपण दोघं तर आहोत! घ्या— भरपूर घ्या."

मी भजीवाल्याला बोलावून चांगली दोन रुपयांची भजी घेतली. पहिल्या

वर्गात बसणारं हे त्या भजीवाल्याचं पहिलंच गिऱ्हाईक असावं! भजी खाता-खाता व गप्पा मारता-मारता सातारा स्टेशन आलं. अप्पासाहेब कसली तरी आठवण झाल्यासारखे एकदम उठले व खाली उतरले. दहाएक मिनिटांनी धापा टाकत पुन्हा वर आले.

"कुठं गेला होता?" मी आश्चर्यानं विचारलं.

"अहो, माझी मुलगी लेडीजमध्ये बसली आहे."

"पण त्यांना इथं का नाही बोलावंलत?"

"ती थर्डमध्ये आहे!"

"थर्डमध्ये?"

"त्याचं काय आहे— संमेलनवाल्यांनी मला पहिल्या वर्गाचा प्रवासखर्च दिलाय. त्यामुळं मी इथं बसलो आहे. मुलगी म्हणाली, मीही येते— तिचं तिकीट मला काढावं लागलं!"

"हां, मग बरोबर आहे!" मी तरी काय बोलणार!

"अहो, आम्ही कधी सिनेमा नाटकाला गेलो ना, तर नाटकाला आम्ही पुढच्या रांगेत, मुलं शेवटच्या रांगेत! सिनेमाला आम्ही शेवटच्या रांगेत, मुलं पुढल्या!"

"अरेच्चा! ते का म्हणून?"

"आमची गोष्ट वेगळी आहे! मुलांनी आमच्यासारखं कर्तृत्व गाजवावं, कर्तबगारी दाखवावी— मग काय— नाटकाच्या पहिल्या रांगा, गाडीतले पहिले वर्ग त्यांच्यासाठी मोकळे आहेतच की! आम्ही तत्त्वनिष्ठ भूमिका घेतो! स्वतःच्या अधिकाराचा, पैशाचा लाभ नातेवाइकांना घेऊ देत नाही!"

कोरेगाव स्टेशनवर रेल्वेचा माणूस एक ताट घेऊन आला. अप्पासाहेबांनी घाईघाईनं उठून ताटाचा कब्जा घेतला.

"तुमच्या जेवणाचं काय?" त्यांनी हात धुऊन जेवायला सुरुवात केली. "तुम्ही नाही ऑर्डर दिलीत? मी साताऱ्यालाच देऊन आलो—"

"मला ठाऊक नव्हतं ऑर्डरीबद्दल! एनी वे, माझ्या डब्यात सँडविचेस आहेत, सफरचंद आहेत."

"ठीक, ठीक!" जेवणावर तुटून पडत अप्पासाहेब उद्‌गारले. त्यानंतर अर्धा तास ते एकाग्रपणे चवीनं जेवत होते. वयाच्या मानानं त्यांचं जेवण अंमळ जास्तच वाटलं!

"ॲपल खाणार?" मी विचारलं.

"जरूर! ॲपल अ डे कीप्स अ डॉक्टर अवे!" मी दिलेल्या सफरचंदाचा

टवका चावीत ते म्हणाले.

"डॉक्टरांच्या बायकोला संततिनियमनाच्या पिल्स घ्यायला नकोत! सकाळी एक ॲपल खायचं— दॅट विल कीप हर हजबंड अवे! हा हा हा!" पोट तुडुंब भरलेलं असल्यामुळे अप्पासाहेब खुषीत होते. "आमच्या सूनबाईला दिला पाहिजे हा वसा!"

"तुमचे चिरंजीव डॉक्टर आहेत?"

"होय. एफ. आर. सी. एस. आहे तो. आम्ही मंत्री होतो तेव्हा एफ. आर. सी. एस.साठी इंग्लंडला गेला. आता दिल्लीच्या हॉस्पिटलमध्ये मोठ्या हुद्द्यावर आहे."

"कधीपासून?"

"पाच-सहा वर्षांपूर्वी लागला तिथं तो."

"पाच-सहा वर्षांपूर्वी? म्हणजे, आपण दिल्लीला प्लॅनिंग कमिशनमध्ये होता, त्या वेळी?"

"हो, त्याच वेळी!"

मी काहीच बोललो नाही. काय समजायचं ते समजलो!

"अप्पासाहेब, एक विचारू का? रागावू नका—"

"विचारा ना—"

"आपण स्वदेशीचे पुरस्कर्ते, प्रखर राष्ट्रवादी— मग या मुलाला शिक्षणासाठी इंग्लंडला का पाठवलं?"

"चांगला प्रश्न विचारलात! आमच्यासारख्या मोठ्या माणसांबद्दल सर्वसामान्य लोकांच्या मनात विनाकारण गैरसमज असतात! त्याचं काय आहे— आम्ही आहोत व्यक्तिस्वातंत्र्याचे पुरस्कर्ते. आपली मतं दुसऱ्यावर लादणं— मग ती प्रत्यक्ष बायका मुलं का असेनात; आम्हाला आवडत नाही. मुलगा म्हणाला, मी फॉरिलना जाणार. तेव्हा बाप म्हणून आमचं कर्तव्य हे की, त्याच्या पैशाची व्यवस्था करणं! ती आम्ही केली! अहो, आमचा देवाधर्मावर विश्वास नाही, पण बायको सत्यनारायण करते म्हणाली की, आम्ही विरोध करत नाही! त्यांची मनं का दुखवा?"

"खरं आहे!"

"मुलांची मुंज करणं आम्हाला मान्य नव्हतं, पण आमच्या वृद्ध आई-वडिलांचा आग्रह पडला. गांधीजींनी सांगितलंय, दुसऱ्यांच्या अंत:करणाला शक्यतो यातना देऊ नका!"

मिरज स्टेशन येईपर्यंत ते मुलाचं, सुनेचं कौतुक सांगतच होते. मिरज आल्यावर ते म्हणाले, "तुम्ही माझं हे सामान कोल्हापूरच्या गाडीत घालायची

व्यवस्था करता का? हे बेडिंग, ही सूटकेस— मी जरा जाऊन येतो.'' माझ्याकडे छोटी सूटकेस होती, त्यामुळे हमालाची गरज नव्हती; पण अप्पासाहेबांच्या सामानासाठी हमालाला बोलावलं. कोल्हापूरला जाणारी गाडी उभी होती. पहिल्या वर्गाच्या डब्यात सामान उतरवून हमालाचे अडीच रुपये मी चुकते केले.

अप्पासाहेब थोड्या वेळानं मुलीला घेऊन आले. तीही आमच्याबरोबर पहिल्या वर्गाच्या डब्यात बसली. मुलगी तीस-पस्तीस वर्षांची दिसत होती.

''तुम्हाला आश्चर्य वाटलं असेल ना?'' त्यांनी विचारलं.

''कशाबद्दल?''

''ही सुनंदा पहिल्या वर्गात बसल्याबद्दल! तिचं मिरज-कोल्हापूर तिकीट काढलंय आम्ही. काय आहे— कोल्हापूरला आम्हाला रिसीव्ह करायला मंडळी येणार. ती आमच्याबरोबर असलेली बरी. जनलज्जेस्तव बऱ्याच गोष्टी आमच्यासारख्याला कराव्या लागतात!''

''हो ना!''

''अरे हो, आमचा थर्मास कुठं गेला? त्या गाडीत राहिलाय की काय?''

गोष्ट खरी होती. मी थर्मास पार विसरून गेलो होतो. ती गाडी कधीच बेळगावकडे रवाना झाली होती!

''कमाल आहे तुमची!'' ते त्रासिक मुद्रा करून म्हणाले, ''अहो, आमच्या साडूनं तो दुबईहून आणला होता! पन्नास-साठ तरी किंमत असेल.''

मी पैशाचं पाकीट काढून दहा-दहाच्या पाच नोटा त्यांच्यासमोर ठेवल्या.

''व्हेरी सॉरी अप्पासाहेब, विस्मरण झालं थर्मासचं—''

''ठीक आहे! सर्वसामान्य माणसानं घेतले नसते पैसे! बट यू सी, आय ॲम मॅन ऑफ प्रिन्सिपल्स!'' त्यांनी नोटा मोजून खिशात टाकल्या. ''यापुढं तुम्हीही दुसऱ्याच्या वस्तू विसरणार नाही कधी!''

मी मान हलवली.

गाडी हलल्यावर त्यांनी सूटकेस उघडली आणि आतून एक पांढरं द्रव असलेली बाटली बाहेर काढली. मग त्यांनी प्लॅस्टिकचा ग्लास काढून त्यात ते द्रव ओतलं. माझ्याकडून वॉटरबॅग घेऊन थोडं पाणी त्या द्रवात टाकलं व ते संथपणे घुटके घेऊ लागले.

''ही जीन आहे. संध्याकाळी मी थोडी घेतो—''

''असं?''

''व्यसन नाही; पण मन टवटवीत राहायला, प्रवासाचा शीण घालवायला हे उत्तम औषध आहे. जीनचा वास येत नाही. कोल्हापूरला अनेक लोक भेटणार—

तोंडाला वास नसलेला बरा!''

"हो ना!''

दोन ग्लास संपल्यावर त्यांनी कोटाच्या खिशातून वेलदोडे काढले. दोन-चार वेलदोडे सोलून त्यांनी दाणे तोंडात टाकले.

कोल्हापूर जवळ येईपर्यंत ते मुलीशी गप्पा करण्यात रंगून गेले होते. रुकडी स्टेशन मागं पडलं तसे ते उठले. त्यांनी तोंड धुतलं, आतला इस्त्रीचा शर्ट अंगावर चढवला. कोट घालून त्यांनी पांढरी टोपी डोक्यावर चापूनचोपून बसवली. मग रुंद हास्य करीत ते दरवाजापाशी येऊन उभे राहिले. स्वागतासाठी किती मंडळी आली आहेत याचा शोध घेऊ लागले.

गाडी थांबल्यावर मी माझी सूटकेस हातात घेतली. अख्खा दरवाजा अडवून अप्पासाहेब उभे होते. मी मुकाट्यानं उलट्या बाजूनं बाहेर पडलो. रिक्षा करून संमेलनाच्या स्थळाकडं निघालो.

गंमत म्हणजे, सबंध प्रवासात आप्पासाहेबांनी चुकूनसुद्धा मी कोण, कुठं चाललोय याची चौकशीही केली नव्हती!

आणखी एक गंमत संमेलनाच्या मंडपात घडली. अप्पासाहेब सवयीप्रमाणे घोळक्याबरोबर फिरत होते. अचानक ते एकदा मला सामोरे आले. मी हात जोडून नमस्कार केला व हसत म्हटलं, "काय अप्पासाहेब, ओळख आहे ना?''

—अप्पासाहेबांच्या चेहऱ्यावरली सुरकुतीही हलली नाही. डावा हात वर उचलून मला बाजूला सारण्याचा आविर्भाव करीत ते म्हणाले, "नाही ओळखलं! तुमचं काही काम असेल तर नंतर सवडीनं भेटा— आता आम्ही जरा कामात आहोत!''

मग बरोबरच्या माणसांना ते म्हणाले, "अहो, उगाच नसलेली ओळख काढतात आणि वेळ घेतात ही फालतू माणसं!''

◆◆◆

१८. मनुस्मृती, मुंज आणि मी

"आपला भारत देश परधर्मसहिष्णु आहे. आपण परधर्मीयांना आपल्या देशात मानानं वागवलं आहे. धर्मातीत भारताचं स्वप्न साकार होण्यासाठी आपण सार्वजनिक जीवनातून—विशेषत: खासगी जीवनातून—धार्मिक आचारविचारांना बिलकुल फाटा दिला पाहिजे."

'स्कॉच' व्हिस्कीच्या पेल्यात बर्फाचा एक तुकडा टाकून प्रवीणभाई उपलेटावाला म्हणाले. प्रवीणभाई हे थोर समाजसुधारक आणि विचारवंत. त्यांच्या बरोबरीनं बसून व्हिस्की घेण्याची संधी मला मिळाली, त्यामुळं मी कृतकृत्य झालो होतो.

"केयूर साठे, लक्षात ठेवा : सेक्युलॅरिझम हा आजच्या युगाचा महामंत्र आहे."

"पण सेक्युलॅरिझम म्हणजे अल्पसंख्याकांना झुकतं माप देणं, त्यांचे अधिक लाड करणं, असं जागतिक गोहत्याबंदी परिषदेच्या टिंबक्टू शाखेचे अध्यक्ष उपासनीबुवा म्हणतात; त्याचं काय?" मी माझं ज्ञान पाजळलं.

"केयूर साठेचं मडकं अजून कच्चं आहे, प्रवीणभाई." त्यांची मैत्रीण कोकिळाबेन 'जीन'चा घुटका घेऊन म्हणाली.

"असे अनेक केयूर साठे समाजात आहेत, हीच तर आपल्या समाजाची शोकांतिका आहे!" पर्शियन भाषेचे तज्ज्ञ प्रा. नामदेवराव ढगे म्हणाले. 'सेक्युलर सोसायटी'च्या आटपाडी शाखेचे ते ऑनररी व्हिजिटर होते. सोसायटीच्या कामासाठी ते दोन वर्षांपूर्वी फिलाडेल्फियाला गेले होते, तेव्हापासून ते व्हिस्की 'ऑन द रॉक्स' म्हणजे नुसता बर्फाचा तुकडा टाकून प्यायचे. प्रवीणभाई उपलेटावाला

यांच्या ते खास मर्जीतले.

"केयूर, तुम्ही सोसायटीचे सभासद व्हा." गायतोंडे म्हणाले. 'सोसायटीचे ते आधारस्तंभ' म्हणणार होतो, परंतु त्यांची देहयष्टी पाहून मी त्यांना खासगीत 'आधारकाटकी' म्हणायचो.

"सभासद ना! अवश्य होईन!" मी उत्साहानं म्हणालो, "मासिक वर्गणी किती?"

"मासिक वर्गणी? केयूर, तुम्ही काय सेक्युलर सोसायटी म्हणजे महिन्या-महिन्याला मराठीत प्रसिद्ध होणारं चिठोरं समजलात?" प्रा. ढगे सात्त्विक संतापानं विचारू लागले. परधर्मांविषयी त्यांना सहिष्णुता वाटत असली तरी मराठी मासिकांविषयी तसं वाटत नसल्याचं दिसलं.

"आजीव सदस्य व्हा, आजीव सदस्य!" गायतोंडे डुलत म्हणाले. एक-दोन पेग पोटात गेले की ते जागच्या जागी डोलकाठीसारखे डोलू लागायचे.

"किती वर्गणी?"

"पाचशे रुपये."

"पाचशे रुपये? म्हणजे टू मच्!"

"केयूर, पाचशे देऊन तुम्ही एका महान संस्थेचे मरेपर्यंत (संस्था की मी? असं विचारण्याचा मोह झाला होता; पण वेळ-वखत पाहून मी तो आवरला.) सदस्य होणार आहात!" —प्रा. ढगे.

"आणि साठे, आम्ही कोणालाही मेंबरशिप देत नाही; निवड करतो, निवड!" कोकिळाबेन प्रवीणभाईंकडे पाहत अभिमानानं म्हणाली.

"माझं भाग्य म्हणून तुमच्यासारख्या विद्वान बुद्धिवंतांनी मला मेंबर म्हणून पत्करलं." माझ्या घशात नकळत गहिवर दाटला.

मी पाचशे रुपयांचा चेक प्रवीणभाईंकडे सुपूर्द केला. त्यांनी तो स्वीकारला व खिशात ठेवला, हे माझं अहोभाग्य.

"आता यापुढं तुम्ही घरात सत्यनारायण करायचा नाही. गणपती बसवायचा नाही." गायतोंडे मला बजावीत म्हणाले.

"तुम्हाला मुलगा आहे का?" ढगे विचारू लागले.

"हो, आहे. चार वर्षांचा आहे."

"त्याची मुंज करणार का?"

"हो. थाटात करणार आहे."

"नो— नो मुंज! आमच्या सोसायटीला मौंजीबंधन मान्य नाही." —प्रा. ढगे.

"तर केयूर, आजपासून हिंदू धर्माचे सर्व आचारविचार विसरा! जमेल तेव्हा फेझकॅप घाला. बायबल वाचा. आपण हिंदू आहोत, हे विसरून जा!" प्रवीणभाई उद्गारले.

मी ते मान्य केलं.

एवढं झाल्यावर काही वेळानं— म्हणजे व्हिस्कीची बाटली संपल्यावर— ते निघून गेले. माझ्यासारख्या एका यःकश्चित पामराच्या घरी त्यांनी पायधूळ झाडली, आपला बहुमोल वेळ खर्ची घातला, याबद्दल मी त्यांचे पुन:पुन्हा आभार मानले.

महिन्याभरात मला ऑफिसमध्ये गायतोंड्यांचा फोन आला.

"कोण— केयूर साठे का?"

"होय, स्पीकिंग!"

"हेल सेक्युलॅरिझम!"

"हो, हो! हेल सेक्युलॅरिझम!" मीही आरोळी दिली.

"साठे, तुम्ही 'मनुस्मृती' वाचलीय की नाही?"

"हो तर! कधीच वाचली!"

"काय म्हणता? तुम्ही 'मनुस्मृती' वाचलीय?"

"त्यात आश्चर्य वाटण्यासारखं काय आहे?" मी आश्चर्य दर्शवीत विचारलं.

"अहो साठे, खरं सांगायचं म्हणजे, मीसुद्धा ती वाचलेली नाही!"

"वाचा— सवडीनं वाचा! वेळ घालवायला चांगली आहे. अगदी डिट्टो ना. सी. फडक्यांची शैली!"

"अहो साठे, म्हणता काय? फडक्यांच्या शैलीतली 'मनुस्मृती?' आपण एकाच वेव्हलेंग्थवर आहोत ना? की तुम्ही शॉर्टवेव्हवर आणि मी मीडियम वेव्हवर?"

"गायतोंडे, तुम्ही कुठल्या 'मनुस्मृती'वर बोलताय? वि. वा. पत्की यांची एक कादंबरी आहे 'मनुस्मृती' नावाची. मी तिच्याबद्दल बोलतोय." मी सांगितलं. दादरच्या 'ज्ञानप्रसारक वाचनालया'तून मागंच मी ती कादंबरी आणली होती.

"कमाल करता तुम्ही, साठे! 'सेक्युलर सोसायटी'चे लाइफ मेंबर तुम्ही— आणि तुम्हाला तो मनू ठाऊक नाही? त्याची स्मृती ठाऊक नाही?"

"तुम्हाला ठाऊक आहे?" मी प्रतिप्रश्न केला. "उगाच मी कुणाचं ऐकून घेत नाही!"

"तर! मनू नामक एक ऋषी हजारो वर्षांपूर्वी सिंधू नदीच्या खोऱ्यात होऊन गेला. 'न स्त्री स्वातंत्र्यमर्हति' असं त्यानं म्हणून ठेवलं आहे!"

"मर्हति? मर्हति म्हणजे काय?" इंटरला मी फ्रेंच घेतलं होतं. त्यामुळे

संस्कृतशी संबंध आला नव्हता. नाही म्हणायला आमच्या वर्गात एक कुसुम रास्ते नामक दिसायला बऱ्यापैकी मुलगी होती. केवळ तिच्यासाठी 'कर्मण्येवाधिकारस्ते' हा गीतेमधल्या एका वचनाचा अर्धा भाग पाठ केला होता. त्या वेळी तिनं कृपादृष्टी दाखवली असती, तर तिच्या अर्ध्या वचनात राहिलो असतो! (खैर! छोड दो उन बातोंको!)

"मर्हति? कमाल आहे तुमची! मर्हतीचा अर्थ माहीत नाही तुम्हाला? असो. त्याबद्दल आपण मग बोलू. तर साठे, मुख्य मुद्दा असा की, येत्या सोमवारी आपल्या सोसायटीतर्फे 'मनुस्मृती' जाळण्याचा कार्यक्रम आहे. सचिवालयासमोर जायचं. स्वातंत्र्यपूर्वकाळात लोक परदेशी कापडाची जशी होळी करायचे, तशी 'मनुस्मृती'ची आपण होळी करायची!"

"पण ही जाळपोळ कशासाठी?"

"हिंदू धर्माचा निषेध! परंपरेच्या खातेऱ्यात खितपत पडलेला, बुरसटलेला आणि... आणि असं बरंच काही झालेला हिंदू धर्म सचिवालयासमोर जाळलेला बरा! समजलं?"

"समजलं तर! म्हणजे त्यानंतरच्या शुक्रवारी 'कुराण' जाळायचं. रविवारी 'बायबल' जाळायचं— असंच ना?"

मला वाटलं, माझं हे दूरदर्शीपणाचं बोलणं ऐकून गायतोंडे मला शाबासकी देतील, पण ते एकदम डाफरले, "डोंट टॉक राट्! त्या पवित्र धर्मग्रंथांशी 'मनुस्मृती'ची तुलना करता? उद्या तुम्ही स्वतःची तुलना प्रवीणभाई आणि प्रोफेसर ढगे यांच्याशी कराल!"

"सॉरी!"

"तुमच्या अंगात सेक्युलॅरिझम अजून नीटसा भिनलेला नाही! एनीवे, सोमवारी 'मनुस्मृती'चं एक बाड घेऊन या. असले एक-दोन कार्यक्रम तुम्ही पाहिले, त्यात स्वतः भाग घेतलात, की तुम्ही खरेखुरे धर्मातीततेचे पुरस्कर्ते व्हाल!"

"पण... पण..."

"आता आणखी काय?"

"माझ्याकडे 'मनुस्मृती'ची प्रत नाही."

"हात्तिच्या! रेल्वेचं टाइमटेबल आहे की नाही? किंवा जुनी टेलिफोन-डिरेक्टरी? अहो, पुढाऱ्यांना आपण कधी जाळतो का? त्यांच्या प्रतिमांचं दहन करतो— हो ना? तसंच हे!"

सोमवारी सचिवालयाकडे कूच करण्यापूर्वी मी सिंधूला बोलावून घेतलं आणि निरवानिरवीच्या सुरात म्हणालो, "मी आज संध्याकाळी घरी आलो नाही, तर मला पोलिसांनी पकडलंय— असं समज!"

"अय्या! म्हणजे काय? तुम्ही ऑफिसात अफरातफर..." सिंधूनं डोळ्याला पदर लावला.

"डोंट टॉक रॉट्!" तो गायतोंड्या कोण लागून गेलाय? आम्हालाही फोर्सफुली इंग्रजी बोलता येतं म्हणावं! "सिंधू, आज मी टेलिफोन डिरेक्टरी आय मीन— 'मनुस्मृती' जाळायला निघालोय!"

"किती महिने शिक्षा होईल तुम्हाला गडे?"

"निदान तीन महिने! मुलांना नीट सांभाळा. रात्री कुणी बेल वाजवली तर एकदम दार उघडू नकोस. तुला वाईट सवय आहे, रात्री पट्कन दार उघडतेस. दिवसा मात्र चार-चार वेळा पीपिंग होलमधून पाहत असतेस!" माझा घसा नकळत दाटून आला.

"अय्या! तुम्ही तुरुंगात जाणार? कित्ती मज्जा! मी तुम्हाला भेटायला येईन अधूनमधून! तुमचं आवडतं वालाचं बिरडं घेऊन येईन!"

या बायकांची म्हणजे कमाल आहे! नवरा चाललाय तुरुंगात आणि हिला सुचतंय वालाचं बिरडं! 'न स्त्री स्वातंत्र्यमर्हति', हेच खरं!

पण तुरुंगात जाण्याचं थ्रिल माझ्या नशिबात नव्हतं!

आम्ही वीस-पंचवीस जण सचिवालयासमोर वेळेवर जमलो. कुणी रेल्वे टाइमटेबल आणलं होतं, कुणी बाँबे गाईड, तर कुणी 'हूज हू'! प्रवीणभाई उपलेटावाला कोकिळाबेनच्या गाडीतून आले आणि एका ग्रंथाला काडी लावून 'धर्म हा अफू आहे की चरस' या परिसंवादात भाग घेण्यासाठी निघून गेले. (परिसंवादानंतर 'नटराज'मध्ये कॉकटेल पार्टी होती.) होळीचं उद्घाटन झाल्यावर पूर्वी लढाईत मराठे 'हर हर महादेव' म्हणत व मुसलमान 'दीन दीन' म्हणत जसे एकमेकांवर तुटून पडत; त्याप्रमाणं 'जय सेक्युलॅरिझम' असं पुटपुटत काडी, लायटर व अन्य स्फोटक पदार्थ हातात घेऊन आम्ही समोरच्या पुस्तकांवर तुटून पडलो!

माझ्या हातातल्या 'मनुस्मृती'च्या प्रतिमेची राखरांगोळी झाल्यावर मी आजूबाजूला पाहिलं आणि पोलिस व्हॅन व फोटोग्राफर कुठं दिसतो का याचा शोध घेऊ लागलो, पण कसचं काय? पंधरा-वीस बघे खिदळत होते. त्यात कुसुम रास्तेही असावी. (ती सचिवालयात अपर सचिवाच्या हाताखाली लोअर डिव्हिजन क्लार्क आहे.) ती जाण्यापूर्वी तरी पोलिसांनी मला ताब्यात घ्यावं की नाही? छे:! तीन-चार पोलीस जवळच उभे राहून आमची गंमत पाहत होते. एकानं तर चक्क आपल्या दंडुक्यानं

एक अर्धवट जळालेलं पुस्तक होळीत ढकलून दिलं आणि दुसरा एक तरुण पोलीस उजव्या हाताची पालथी मूठ तोंडाकडे नेण्याचा आविर्भाव करून पांचजन्य करण्याचा (ग्राम्य मराठीत 'बोंब मारण्याचा') प्रेमळ आग्रह करू लागला!

पोलिसांनी आम्हाला अटक केली नाही, एवढं एक गालबोट सोडल्यास आमचा सेक्युलर कार्यक्रम फारच यशस्वी झाला.

त्या होळीच्या ज्वाळा माझ्या स्वत:च्या काळजाला जाऊन अशा भिडल्या, की मी घरी येऊन मुलांना धर्मातीतेवर लांबलचक व्याख्यान दिलं. धर्म, जात हे कसं थोतांड आहे... पृथ्वीतलावर मानव ही एकच जात कशी आहे... यावर मी असं सणसणीत बौद्धिक घेतलं, की सुरुवातीला पेंगायला लागलेली बबी खडबडून जागी झाली. या वेगानं समाजात जागृती झाली तर देशाची ऊर्जितावस्था फार दूर नाही, असं माझ्या मनाला वाटून गेलं. बौद्धिक संपवून पाणी पिताना मी बेबीला विचारलं, ''कळलं की नाही मी काय म्हणतोय ते?''

''हो! म्हणजे बाबा, कोकणस्थ ब्राह्मण सोडून सगळ्या जाती नष्ट झाल्या पाहिजेत, सर्वांनी आपल्यासारखं कोकणस्थच असलं पाहिजे— असंच ना?''

'हो हो, असंच! आता झोपायला जा!'' मी नाउमेद न होता म्हटलं. अप्रिय गोष्टींचा प्रचार करताना आबालवृद्ध जाणता-अजाणता आपला उत्साहभंग करणार, हे गृहीत धरूनच सामाजिक प्रगतीचं निशाण हातात घट्ट धरून ठेवलं पाहिजे, असं प्रवीणभाई उपलेटावालांनी एका परिपत्रकात म्हटलंय, ते काही खोटं नाही.

मुलं झोपल्यावर मी शयनगृहात आलो.

सिंधू निराश होऊन बसली होती. ''मेल्ले कसले ते पोलीस मुंबईचे! मी तर आठवड्याचा मेनू तयार करून ठेवला होता. रोज तुरुंगात आणायला नकोत चांगलेचुंगले पदार्थ? कुळथाचं पिठलं... डाळवांगं...''

''सिंधू! सिंधू! तिथं 'मनुस्मृती' जळत्येय आणि तुला कुळथाचं पिठलं सुचतंय! आज ना उद्या मला तुरुंगात जावं लागणारच!''

''आता मे महिन्यापर्यंत तरी काही जाळूबिळू नका, बाई!''

''का म्हणून?''

''अहो, असं काय करता? आपल्या पुंड्याची मुंज नाही का मेमध्ये?''

''मुंज?'' मी किंचाळलो.

''झुरळ अंगावर पडल्यासारखं एवढं किंचाळायला काय झालं?''

''सिंधू, नो मुंज! मुंज, सत्यनारायण, वास्तुशांती— या गोष्टी एकदम बंद! हिंदू लोकांनी या धार्मिक गोष्टींचं विनाकारण स्तोम माजवलंय!''

''का? तुमचे ते मुसलमान सुंता बंद करणार आहेत?''

"सिंधू!" मी ओरडलो, "उगाच अर्ध्या चड्डीवाल्या संघ्यासारखं बोलू नकोस. या वर्षी आपण गणपती बसवायचा नाही— नो गणेश चतुर्थी! हळूहळू मी आपलं देवघर डिझॉल्व्ह करणार आहे!"

"तुमचं डोकं फिरवलंय त्या लोटावाल्यानं!"

"अज्ञ बालिके, त्यांचा उपमर्द करू नकोस! त्यांचं आडनाव उपलेटावाला आहे!"

"ऊठसूट त्यांच्याबरोबर लोटाभर व्हिस्की घ्या आणि इकडे मुंजी-सत्यनारायण बंद पाडा!"

सिंधूचं स्वगत भाषण बराच वेळ सुरू होतं. मी दिवा मालवून गाढ झोपी गेलो. बाकी काही असो; मनूनं स्त्रीस्वातंत्र्याबद्दल 'मर्हति' म्हटलंय, ते काही खोटं नाही!

पाच-सहा दिवसांनी गायतोंडेचा फोन आला—

"उद्या संध्याकाळी वेळ आहे ना?"

"का? आता काय जाळायचंय?" मी चौकशी केली.

"उद्या प्रवीणभाई आणि कोकिळाबेन यांचं लग्न आहे. हिंदू वैदिक पद्धती त्यांना मान्य नाही, म्हणून रजिस्टर्ड लग्न आहे."

"गुड!"

"बाय द वे, काँग्रॅच्युलेशन्स!"

"कशाबद्दल? लग्न त्यांचं; मला काँग्रॅच्युलेशन्स?"

"उद्या लग्न समारंभ आटोपला की डिनर पार्टी हवी ना? ती तुम्ही तुमच्या घरी अ‍ॅरेंज करायची, असा निर्णय सोसायटीच्या एक्झिक्युटिव्ह कमिटीनं घेतलाय. सोसायटीच्या पुढच्या कार्यक्रमाची दिशा त्याच वेळी ठरवली जाईल."

"ठीक आहे." माझा ऊर भरून आला होता.

सिंधूच्या कपाळावरल्या आठ्यांकडे आणि फुरफुरणाऱ्या नाकाकडे दुर्लक्ष करून मी पार्टीची जोरदार तयारी केली. एवीतेवी मुंज रद्द झाली होतीच. त्यासाठी बाजूला ठेवलेल्या पैशातून मी हजारएक रुपये काढले. प्रवीणभाई 'स्कॉच'शिवाय काही पीत नसत. लग्नसमारंभासाठी वीस-पंचवीस लोक येणार होते, तेही माझ्या घरी पायधूळ झाडणार होते.

एकंदरीत पार्टी छान झाली. 'मजा आला' असे खुद्द नवरदेव पुनः पुन्हा म्हणत होते.

'सेक्युलर सोसायटी'च्या कामाची व्याप्ती वाढवण्यासाठी प्रवीणभाई-कोकिळाबेन या दोघांनी तत्काळ नेपाळला जावं, काठमांडूला दहा दिवस राहून तिथल्या हिंदूंना

बौद्धिकं द्यावीत आणि त्या दोघांच्या खर्चाचा संपूर्ण भार सोसायटीनं उचलावा, असं सर्वानुमते ठरलं.

"मेल्ले तुमच्या पैशानं हनिमूनला चालले आहेत!" असं आमच्या घरातली अज्ञ बालिका कुत्सिपणे म्हणाली, मी तिला मनातल्या मनात क्षमा केली.

बरेच दिवस सोसायटीच्या आघाडीवर सामसूम होती. सोसायटीचं काम गाजावाजा न करता, पण जोरात चाललं आहे, अशी मी मनाशी खूणगाठ बांधली.

दरम्यान, प्रा. नामदेवराव ढगे यांची पार्शियन भाषेचे तज्ज्ञ म्हणून दिल्लीला परराष्ट्रीय खात्यात नेमणूक झाल्याचं वृत्तपत्रात वाचलं. त्यांचं अभिनंदन करण्यासाठी मी मुद्दाम त्यांच्या घरी गेलो. बराच वेळ ते मला आत घेईनात. दारातच 'हॅ हॅ! कसचं कसचं' म्हणून निरोप देऊ लागले. मी परतणार होतो, तेवढ्यात सौभाग्यवती ढगे बाहेर आल्या आणि म्हणाल्या, "या ना हो आत— चहा प्या."

"नाही— जरा काम आहे." मी प्रा. ढगे यांच्या तोंडाकडे पाहत म्हणालो.

"मग प्रसाद तरी घेऊन जा!" त्या म्हणाल्या.

"कसला प्रसाद?" मी विचारलं.

"सत्यनारायणाचा हो! ह्यांना चांगली नोकरी मिळाली... मग सत्यनारायण करायला नको?"

प्रा. ढगे गोरेमोरे झाले. मला म्हणाले, "हिला मी सारखा सांगत होतो, सत्यनारायण नको..."

"अहो, पण तुम्ही सांगत होता, इथं नको; दिल्लीला करू या, पण दिल्लीला भटजीबिटजी कुठं शोधणार? नाही का हो, भावजी?"

मी 'हो ना' म्हणून आत गेलो. सत्यनारायणाचा प्रसाद खाल्ला. सौ. ढग्यांनी घरी न्यायला शिरा केळ्याच्या पानात बांधून दिला. मी तो घरी पोचण्यापूर्वी वाटेत खाऊन टाकला. आमच्या अज्ञ बालिकेची कुत्सित टीका ऐकून घ्यायला नको!

प्रा. ढगे यांच्या घरातला सत्यनारायणाचा शिरा पचवून महिना-दीड महिना झाला असेल...

एक दिवस सिंधू संध्याकाळी भाजी घेऊन घरी आली. मी 'चातुर्वर्ण्य आणि हिंदूंची अवनती' हा ग्रंथ वाचत बसलो होतो. भाजीची पिशवी आत ठेवून ती बाहेर येऊन माझ्याजवळ बसली.

"बोला! काय हुकूम आहे?" मी विचारलं.

"तुमचे मित्र भेटले होते."

“कोण मित्र?”

“ती तुमची कोण मेल्ली सोसायटी—”

“मेल्ली सोसायटी नव्हे, ‘सेक्युलर सोसायटी’!” मी तत्परतेनं खुलासा केला, “बरं, पण मग तिचं काय झालं?”

“त्या सोसायटीचे गायतोंडे हो! ते भेटले. बरोबर बायको होती, मुलगा होता. महिनाभर नव्हते म्हणे ते. गोव्याला गेले होते.”

“दिसले नाहीत खरं बरेच दिवस.”

“गोव्याला कवळ्याला जाऊन राहिले होते. तिथं मुलांची मुंज केली म्हणे त्यांनी!”

“मुंज?” मी पुस्तक टेबलावर टाकून ओरडलो, “शक्य नाही! गायतोंडे मुलाची मुंज करतील? थापा देऊ नकोस! सिंधू, आपल्या पुंड्याची मुंज करावी, असं तुला कितीही वाटत असलं तरी...”

“केसाचा गोटा केलेला त्यांचा मुलगा बरोबर होता. मी मुंज्या मुलाच्या हातावर दहा रुपये ठेवले. त्यानं रस्त्यात वाकून नमस्कार केला... बराय, मी भाजी चिरायला जाते.” सिंधू शांतपणानं आत निघून गेली.

माझं पुस्तकात लक्ष लागेना. मी इराण्याच्या हॉटेलातून गायतोंड्यांना फोन केला : “गायतोंडे, काय ऐकतोय हे?”

“काय ऐकलंत?”

“तुम्ही तुमच्या मुलाची मुंज केलीत म्हणे कवळ्याला जाऊन?”

“अं... हो, खरं आहे. तुमच्या मिसेस आत्ताच भेटल्या होत्या.”

“ती भेटू दे हो! पण मुंजीचं काय?”

“सॉरी! म्हणजे कार्य जरा गडबडीतच पार पडलं. फारसं कुणाला बोलावू शकलो नाही आणि म्हटलं, मुंबईहून कवळ्याला येणं तुम्हालाही तापदायक!”

“मला आमंत्रण नव्हतं म्हणून मी जाब विचारत नाही; आपल्या ‘सेक्युलॅरिझम’चं काय?” मी सात्त्विक संतापानं नुसता थरथरत होतो. ते पाहून इराणी चाचानं मला बर्फाचा तुकडा घालून पाणी आणून दिलं!

“आय सी! ते म्हणता होय? त्याचं काय झालं केयूर साठे, माझ्या मनात नव्हतं, पण माझे आई-वडील आहेत म्हातारे. ते मागं लागले— नातवाची मुंज करा म्हणून! आमच्या घरकान्न— आय मीन, बायकोचाही हट्ट होता एकुलत्या एका मुलाची मुंज करा म्हणून...”

“पण तुम्ही विरोध नाही केलात?”

“केला तर! अहो, मी सोसायटीचा लाइफ मेंबर! विरोध केल्याशिवाय

मनुस्मृती, मुंज आणि मी / १४१

राहीन कसा? पण आई-वडील नि बायको म्हणाली, तुम्ही सोसायटीचे मेंबर असाल; आम्ही नाही!''

''वा: रे वा:!''

''केयूर साठे, आपली लोकशाहीवर निष्ठा आहे. माझी मतं मी त्यांच्यावर का म्हणून लादावीत? मला सेक्युलॅरिझमवर निष्ठा ठेवण्याचं स्वातंत्र्य आहे; त्यांना मुंज करण्याचं स्वातंत्र्य आहे!''

मी धाड्कन फोन खाली ठेवला.

घरी आलो. सिंधूनं सांगितलं, ''सीताराम येऊन गेला.''

''कोण सीताराम?''

''गणपतीची मूर्ती करणारा हो! तो विचारात होता, या वर्षी मूर्ती केवढी घ्यायची आहे? ऑर्डर घ्यायला आला होता. मी म्हटलं, आम्ही या वर्षीपासून गणपती बसवणार नाही.''

''असं सांगितलंस?''

''हो ना! तुम्हीच नाही का तसं म्हणालात? मी ऑर्डर दिली असती तर 'अज्ञ बालिके' म्हणून मला धारेवार धरलं असतंत!''

''सिंधू— सिंधू! तू त्या गडकऱ्यांच्या सिंधूसारखी अगदी आज्ञाधारक, पतिव्रता कशी गं? मला विरोध करायचास, हट्ट धरायचास.''

''म्हणजे काय बाई?''

''काही नाही! सीतारामला निरोप पाठव. आपण या वर्षी मोठी मूर्ती घेऊ! दीड दिवसाऐवजी पाच दिवस गणपती ठेवू! काय? ऐकलंस ना, अज्ञ बालिके?''

◆◆◆

१७. अस्वल आणि दरवेशी

दारावरची बेल वाजली म्हणून मी वर्तमानपत्र बाजूला सारलं आणि दार उघडलं.

दारात जयंता ओतुरकर, त्याचं 'बेटर हाफ' उषावैनी (जयंता 'ती बेटर हाफ कुठली? मीच बेटर हाफ', अशी तिची संभावना करतो! पण तूर्त ते असो!) आणि एक सुबक, ठेंगणी उभी.

''या या— अलभ्य लाभ!'' मी तोंडभरून स्वागत केलं. जयंता आणि मंडळी पाच-सहा वर्षांनी भेटत होती. पाच-सहा वर्षांहून अधिकच, पण कमी नाही.

''आम्ही आलोय इथं माझ्या मावसबहिणीच्या लग्नाला.'' जयंता सोफ्यावर ऐसपैस पसरत म्हणाला.

''उद्या ह्यांच्या मावसबहिणीचं लग्न, परवा माझ्या भाचीचं डोहाळ-जेवण आणि तेरवा ह्यांच्या बहिणीचं बारसं—'' उषावैनी इतक्या मुक्तपणे सोफ्यावर कोसळल्या की जयंताला आपलं अंग चोरणं भाग पडलं!

''तुझ्या बहिणीचं बारसं— आय मीन, तुला नवीन बहीण— आता ह्या वयात—'' मी चाचरत विचारलं.

''इश्श! भावजी, तुम्ही अगदी कमालच करताय! ह्यांच्या बहिणीचं बारसं म्हणजे बहिणीच्या मुलीचं बारसं—''

''आय सी! म्हणजे तीन दिवसांत तुम्ही 'स्त्री'च्या जीवनातील अत्यंत महत्त्वाच्या अवस्था—''

''वेगवेगळ्या स्त्रियांच्या बाबतीत; एकाच स्त्रीच्या आयुष्यातल्या नव्हे! भावजी, कसा आहे विनोद! आम्हालाही जमतो बरं का

विनोद! आम्ही लिहीत नाई म्हणून, नाहीतर भल्याभल्यांची छुट्टी करून टाकली असती.''

''शंकाच नाही! तुमच्यासारख्या बऱ्याच लिहीत नाहीत म्हणून भल्याभल्यांचं फावतं! बरं, ही कोण— शुभा का? अरेच्या! एवढीशी तर होती! केवढी मोठी झालीय!''

''घ्या! तुम्ही तिला पाहून किती वर्षं झाली?''

''त्या वेळी अगदी लहान होती!''

''म्हणजे भावजी, हे तुमचं कसं होतंय सांगू का? मागं आमच्या शेजारचा एक माणूस हार्टफेलनं गेला! तर ते त्याच्या भावाला म्हणतात— परवा तर भेटले होते, चांगले बोलले— गप्पा केल्या— मी मनात म्हटलं, बरोबर आहे. परवा भेटले तेव्हा जिवंत होते, म्हणून गप्पा मारल्या; आताचं काय! तसं ही पाच-सहा वर्षांपूर्वी लहान होती— आता लग्नाची झालीय. त्या वेळची ती आता कशी राहणार?''

''बरोबर आहे!'' मी म्हटलं. तेवढ्यात आमच्या सौ.नं चहापाणी आणलं म्हणून उषावैनीच्या तावडीतून माझी तात्पुरती सुटका झाली.

मी जयंताकडे पाहिलं. बॅगेतला 'पुरुषार्थ'चा अंक वाचण्यात तो मग्न झाला होता.

''तर भावजी—'' उषावैनी चहा संपवून म्हणाल्या, ''शुभाला नवरा शोधणे, ही विनंती!''

''शोधू हो— गडबड कसली! अजून लहान तर आहे?'' मी हसत म्हटलं.

''मुलींची लहानपणीच लग्नं केली पाहिजेत! तीस-पस्तीसपर्यंत मुलींना वाढवायचा काळ गेला! आमच्या शुभाला नवरा कसला हवा, हे नाही विचारलंत?''

''काय गं शुभा— नवरा कसला हवा?'' मी आज्ञाधारकपणे विचारलं.

''मला नाही माहीत! आईलाच विचारा!'' शुभा फणकारावजा लाजेनं म्हणाली.

''तिला काय कळतं नवऱ्यातलं? मी आहे चांगली अनुभवी; मला विचारा!'' उषावैनी उद्गारल्या, ''पहिली गोष्ट म्हणजे, नवरामुलगा धरमसारखा हवा!''

''धरमसारखा? धरम म्हणजे?''

''भावजी, कसे हो तुम्ही असे? तुम्ही नुसत्या गोष्टी लिहाव्यात!'' खांदे जेवढे उडविणं शक्य आहे तेवढे उडवीत उषावैनी म्हणाल्या, ''धरम म्हणजे धर्मेंद्र! जितू कोण सांगा बघू!''

''जितू सिंग नावाची कुणी नटी आहे ना?''

मनात म्हटलं— आता तरी चांगले मार्क पडतील! पण कसलं! काय

उषावैनी खो-खो हसू लागल्या.

"अहो, जितू सिंग नव्हे— नीतू सिंग. जितू म्हणजे जितेंद्र!"

"उषे, तू काय केयूरचं सिनेमाबद्दलचं ज्ञान—"

"तुम्ही गप्प बसा! मध्ये मध्ये बोलू नका. तर भावजी, नवरामुलगा धरमसारखा हॅण्डसम आणि स्मार्ट हवा— बावळट नको— ह्यांच्यासारखा!"

जयंत 'पुरुषार्थ' वाचण्यात गढून गेला होता!

"आणि घरचा चांगला पाहिजे— म्हणजे घरचं उत्पन्न, जमीनजुमला. मुलाची आई म्हणजे कशी खूप हौशी हवी— माझ्यासारखी! आमची मुलगी एकुलती एक. आता आणखी तिला भावंड होण्याची शक्यता नाही—काय हो, खरं ना?"

जयंतानं मान वर करून आढ्याकडे पाहिलं आणि साऱ्या गोष्टी परमेश्वराच्या हाती सोपवून तो 'पुरुषार्थ' वाचण्यात मग्न झाला.

"तर, शुभाचे सगळे लाड करणारी हौशी सासू हवी! तिचं डोहाळजेवण तऱ्हेतऱ्हेचं झालं पाहिजे! चांदण्यातलं, बागेतलं, नावेतलं— मग संक्रांतीच्या दिवशी अंगावर तिळगुळाचे दागिने घालून फोटो काढला पाहिजे— हातात एक धनुष्य आणि बाण रोखलेला— खराखुरा धनुष्यबाण नव्हे, बरं का; हलव्याचा! हे सगळं तिनं केलं पाहिजे— मग मी आणीन शुभाला माहेरी—"

"वैनी, आपण मुलाचं बारसं थाटात साजरं करू, पण त्याआधी नवरा शोधायला नको का शुभाला?" मी समजुतीच्या स्वरात म्हटलं.

"एवढी तुमची मुंबई— मेल्ला धरम नाही सापडणार इथं?"

"धरम ऊर्फ धर्मेंद्र सापडेल हो— पण तुम्हाला धरमसारखा कुणी हवा ना?"

"तेच हो! त्याच्यासारखा कुणी सापडला नाही तर, ही तुमची मुंबई काय जाळायची आहे?"

"वैनी, थांबा! शापवाणी उच्चारू नका! सापडेल, जरूर सापडेल!"

आणि काय गंमत आहे पाहा! साखरेचं खाणार त्याला देव देणार म्हणतात, ते खोटं नाही! जयंताच्या मावसबहिणीच्या लग्नात नखाते डॉक्टरांनी शुभाला पाहिले. ती त्यांच्या सौभाग्यवतीच्या मनात भरली आणि त्यांनी आपल्या इंजिनिअर मुलासाठी तिला चक्क मागणी घातली! नवरामुलगा धरमइतका नसला तरी त्याच्या जवळपास येण्याइतका हॅंडसम होता (असं आमची ही म्हणाली. आम्हाला धरम आणि तो कोण जितू—दोन्ही सारखेच!) नवऱ्यापेक्षा तो अधिक स्मार्ट आणि कमी बावळट असल्याचं उषावैनींनी जाहीर केलं. डॉक्टरीणबाई तर इतक्या हौशी दिसल्या की, जयंतानं मनावर घेतलं असतं तर त्यांनी उषावैनीचं डोहाळजेवणसुद्धा थाटात

अस्वल आणि दरवेशी / १४५

केलं असतं आणि हलव्याचे दागिने-बिगिने घालून त्यांचा फोटो काढला असता! (आता उषावैनींसाठी साधंसुधं धनुष्य न आणता शिवधनुष्यच आणावं लागलं असतं, ही गोष्ट वेगळी!)

सारांश, पुण्याला जाताना उषावैनी मुलीच्या लग्नाचा तपशील पक्का करून गेल्या. "लग्नापूर्वी सात-आठ दिवस यायला पाहिजे. पाहुण्यासारखं आदल्या दिवशी यायचं नाही—" असा आम्हाला प्रेमळ आग्रह करून गेल्या.

जयंताच्या घरचं एकुलतं एक कार्य— त्यामुळं मी रजा काढून, सौ.ला घेऊन उषावैनींच्या सूचनेनुसार पुण्याला लग्नापूर्वी एक आठवडा दाखल झालो.

आम्ही रिक्षातून उतरलो आणि 'हाश्श हुश्श' करीत सोफ्यावर विराजमान झालो. उषावैनी आमची वाटच पाहत होत्या. त्यांनी शुभाला चहा करायला स्वयंपाकघरात पिटाळलं आणि आतून लालभडक चौकोनी डबा घेऊन आल्या.

"भावजी, या पाहिल्यात का हिऱ्याच्या कुड्या?"

"हिऱ्याच्या कुड्या? वा, बघू या तरी हिरे कसले असतात ते?" मी हिरे निरखून पाहत म्हटलं. हिरे, हजाराच्या नोटा यांसारख्या वस्तूंबद्दल मी नुसतं ऐकून होतो; पाहण्याचा योग कधी आला नव्हता.

"वा:! छान आहेत हं कुड्या! शुभाला अगदी शोभून दिसतील." सौ. म्हणाली.

"अहो वैनी, शुभासाठी नाहीत त्या; माझ्यासाठी केल्यात! माझ्या लग्नात मला कुणी हिऱ्याच्या कुड्या केल्या नाहीत. म्हटलं, मुलीच्या लग्नात हौस भागवावी!"

मग उषावैनींनी डबा उघडून एक दागिना बाहेर काढला.

"काय भावजी, कसा काय आहे बाजुबंद? सहा तोळ्यांचा आहे!"

लहानपणी 'बाजुबंद खुल जा खुल जा—' ही चीज ऐकली होती, त्यानंतर बाजुबंदाशी दुरून अगर जवळून कधीच संबंध आला नव्हता.

"आणि उषावैनी, हा दुसरा बाजुबंद शुभासाठी का?" सौ.नं चौकशी केली.

"छे हो, तोही माझ्यासाठीच! दोन्ही दंडांवर बाजुबंद नकोत का? एका दंडावर तेवढा घातला तर दुसरा दंड ओकाबोका दिसतो!" आमच्या सौ.च्या दोन्ही ओक्याबोक्या दंडांकडे पाहत उषावैनी उद्गारल्या.

दुपारी जेवण झाल्यावर आम्ही दिवाणखान्यात गप्पा मारत बसलो होतो. जयंता आणि शुभा या दोघांनी बोलण्याची मक्तेदारी घरातल्या कर्त्या स्त्रीवर सोपवली होती.

"माझ्या गोऱ्यापान कांतीला कोणत्या रंगाचा शालू शोभून दिसेल हो?"

उषावैनींनी इन-जनरल सर्व उपस्थितांना उद्देशून प्रश्न केला.

"फिकट गुलाबी—" बोललो नाही तर बरं दिसणार नाही, एवढ्या नेमस्त हेतूनं मी म्हणालो.

"तुम्हाला काय कळतंय त्यात?" सौ.नं चापलं.

"का मी नारायण पेठ घेऊ? आजकाल त्या साड्या फार पॉप्युलर झाल्या आहेत!" —उषावैनी.

"तुम्ही शनवारात राहता, तेव्हा शनवार पेठ मिळत्ये का आधी पाहा." —मी.

"तुम्ही उगाच चोंबडेपणा करू नका हो. आपल्याला जे कळत नाही, त्याबद्दल बोलू नये! तुम्ही ऊठसूट काही खरडता, त्याबद्दल मी बोलत्ये का कधी?" उषावैनींच्या सान्निध्यात सौ.ला अंमळ जास्तच अवसान चढलेलं दिसलं.

तेवढ्यात दाराची बेल वाजली आणि एक तिशीतला तरुण आमच्यासमोर दाखल झाला.

जयंतानं विचारलं— "काय हवंय आपल्याला?"

"मीच त्याला बोलावून घेतलंय!" उषावैनींनी जाहीर केलं, "हे इंटिरियर डेकोरेटर आहेत!"

"इंटिरियर डेकोरेशन कशासाठी? उषा, हे पाहा— आधीच लग्नाचा भरपूर खर्च आहे आणि आपण घर रंगवून घेतलं आहे लग्नाच्या निमित्तानं— तर आणखी पुन्हा गृहशोभा नको!" जयंता क्षीण स्वरात बोलला.

"तुम्ही गप्प बसा हो! तर हेमंतराव, गच्चीवर जी रूम आहे, ती सुरेख डेकोरेट करायची! बेड्स अशा हव्यात, की पाहिल्यावर झोपावंसं वाटावं! फॉल्स सिलिंग असं करा की उताणं झोपल्यावर डिझाईन पाहता-पाहता मन कसं बहरून यावं! भिंतीवर सुरेख लँपशेड्स, एखादं पेन्टिंग—'

"पण उषा, कुणासाठी ही तयारी?"

"आपल्यासाठी!" उषावैनी ओठ मुडपून हसल्या, "आता या वयात आपल्याला शृंगारलेली बेडरूम नको?"

"उषा, प्लीज— थट्टा नको!"

"काय बाई तरी! तुम्हाला काय वाटलं, ही बेडरूम आपल्यासाठी? तुम्ही 'पुरुषार्था'ची पारायणं करा! अहो, उद्या लग्न झाल्यावर शुभाचा नवरा आला म्हणजे त्याला काय या हॉलमध्ये सोफा-कम-बेडवर झोपवायचं?"

"अगं, पण त्याची एवढी चिंता—"

"शहाणे आहात! आतपासून सगळी तयारी हवी! जावईबापूंना बेडरूम

पाहून असं वाटलं पाहिजे की, जन्मभर इथंच राहावं घरजावई म्हणून! काय हो—
जमलं तर रूम साऊंडप्रूफ करा—''

शुभा कधीच आत निघून गेली होती!

''साऊंडप्रूफ? कशासाठी? बेडरूम म्हणजे ऑल इंडिया रेडिओचा स्टुडिओ
समजलीस?''

''अहो, पोरांना मोकळेपणानं बोलता येईल! हसता-खिदळता येईल!''

''पोरांचं हसणं-खिदळणं ऐकायला गच्चीवर कोण कडमडणार आहे,
बाईसाहेब?'' जयंतानं आवाज चढवला. सहनशक्तीला मर्यादा असते, त्याचं हे
ज्वलंत उदाहरण!

''ठीक आहे! साऊंडप्रूफ नको—एअरकण्डिशण्ड तरी!''

''गच्चीवर वारा कसा हा म्हणून येतो! तुझं महाबळेश्वर तुच्छ आहे त्या
वाऱ्यापुढं!''

''ठीक आहे. अहो हेमंतराव, बाकीचं डेकोरेशन करा! बेड्स डनलापिलो
की त्या ड्रीम बेड्स असल्या काही आणा! चित्रं भिंतीवर अशी रोमँटिक हवीत की,
आमच्यासारख्यांना आत जायला लाज वाटली पाहिजे!''

''तुला लाज वाटेल अशी चित्रं? कठीण आहे तर मग!'' जयंता खांदे
उडवीत म्हणाला.

हेमंतराव आपल्या कामासाठी निघून गेला.

नवऱ्याकडे दुर्लक्ष करून उषावैनींनी सौ.ला विचारलं, ''शुभाचं गर्भाधान
सासरी होणार का हो?''

''हो ना, तशी पद्धत असते! तुमच्या वेळचं तुम्हाला नाही आठवत?''

''छे हो! आमचं गर्भाधान झालं का नाही, हेच मला आठवत नाही!''

''उषा, माझे आई! असल्या विषयावर चर्चा केलीच पाहिजे का?''

''त्यात काय— शुभा नाहीय इथं. आपण चौघं विवाहित आहोत. काय,
आहोत की नाहीत?''

''वा! आहोत तर!''

''मग गप्प बसा तर! तर मी म्हणते, आपण तिच्या सासूला सांगून गर्भाधान
गच्चीवरच्या रूममध्ये उरकू या!''

''आपण?''

''आपण म्हणजे, तिचं हो! मी जावईबापूंना काय सांगणार आहे, ठाऊक
आहे?''

''नाही बुवा!''

"त्यांना आणि शुभाला लग्न झाल्यावर बोलावून घेणार. त्यांना बहुमोल सल्ला देणार. लग्नानंतर चार वर्षे तरी गीतोपदेश ध्यानात घ्या!"

"गीतोपदेश? तू त्या वाटेला कधी गेलीस?"

"आम्हाला इंग्रजी चौथीत गीतेतला श्लोक होता म्हटलं! कर्मण्येवाधिकारस्ते मा फलेषु कदाचन! फळाची अपेक्षा न करता कर्म करीत राहा—किंबहुना, फळ मिळणार नाही, अशी व्यवस्था करून कर्म करत राहा—का की—"

"हे तू जावईबापूंना सांगणार?"

"मग घाबरते का काय? लग्न झाल्यावर तीन-चार वर्षं नाचा, मजा करा, हुंदडा; मग आहेतच मुलंबाळं. काय हो, पाळणा आपण हॉलच्या कोपऱ्यात ठेवायचा की आतल्या रूममध्ये?"

"उषाबाई, आता इथंच मीटिंग बरखास्त करू! या वेगानं तू शुभाच्या जावईबापूंविषयी अर्ध्या तासात बोलू लागशील! अस्वलापेक्षा दरवेशाच्या आरोळ्या जास्त म्हणतात ना—तसं तुझं झालंय! ती शुभा तिकडेच राहिली, तुझी गडबड—"

"उगाच काहीतरी बोलू नका! शुभाचा शालू आणायला आपण जाणार आहोत उद्या-परवा!"

लग्नाचा दिवस उजाडेपर्यंत उषावैनींची धावपळ सुरू होती. त्यांच्यावर लक्ष ठेवायचं, त्यांना योग्य वेळी आवरायचं काम मी व सौ. नं. आपापसात वाटून घेतलं होतं. मुहूर्ताच्या वेळी तर त्या इतक्या गडबडीत होत्या की, चुकून शुभाच्या जागी बोहोल्यावर त्या आपणच हार घेऊन उभ्या राहतील, अशी मला धास्ती वाटू लागली! शुभानं हार घालून घेण्यासाठी मान खाली करायला थोडा वेळ घेतला तेव्हा पुढं होऊन त्या तिची मान वाकवतील की काय, हे मी श्वास रोखून चिंतातुर होऊन पाहत होतो!

लग्न पार पडलं. पाहुणेमंडळी गावोगाव परतली. मी व सौ. दुसऱ्या दिवशी मुंबईला परत जायचा बेत करीत होतो. शुभा पतीसहवर्तमान आम्हाला भेटायला आली.

"मग? तुमचं काय ठरलं हनिमूनबद्दल?" उषावैनी जावईबापूंना विचारू लागल्या.

"ठरायचं काय त्यात? हनिमून करायचा हे तर निश्चित ठरलंय!" जावई-बापू गोंधळून म्हणाले,

"ते झालंच हो, शेखर! पण कुठल्या हिलस्टेशनवर जाणार आहात?"

"बंगलोर—म्हैसूर—उटी-" शेखर म्हणाला.

"उटी आता फार कॉमन झालीय! तुम्ही असं करा— नैनितालला जा! परवा त्या मेल्या कुठल्याशा सिनेमात नैनिताल दाखवलं होतं! का, सरळ काश्मीरला जाता?"

"काश्मीरला आत्ता पाऊस पडत असेल!" मी भौगोलिक माहिती पुरवली.

"मग तर फारच छान!" उषावैनी हर्षभरित झाल्या. "शुभाला ते गाणं येतं बरं—राया मला पावसात नेऊ नका! कबुतरागत—"

"उषा, तू गप्प बस पाहू! तुला काय कळतं त्यातलं?" जयंत डाफरला.

"हो—कसं कळणार?" कापऱ्या आवाजात उषावैनी उद्गारल्या. मला वाटलं, आता त्या डोळ्याला पदर लावणार! "आमचा मधुचंद्र काश्मीरला कुठला! 'हे चिंचेचे झाड दिसे मला चिनार वृक्षापरी' म्हणत मौजे अरवलीला केला आम्ही हनिमून!"

"बरं—बरं! आम्ही तुमच्या सूचनेप्रमाणं काश्मीरला जाऊ!" जावई मोठा समजूतदार दिसला.

"तुम्हा पोरांची धांदल होणार नाही ना? की मी येऊ तुमच्याबरोबर काश्मीरला?"

जयंत ताड्दिशी उठला. उषावैनींना उठवीत म्हणाला— "उषा, तू स्वस्थ पड पाहू जरा. अतिश्रमानं तुला थकल्यासारखं वाटतंय."

जयंत त्यांना जवळजवळ ओढीत आत घेऊन गेला.

मी, सौ. व शुभा तिघांनी एकदमच सुटकेचा निःश्वास सोडला. गंमत म्हणजे, त्यात जावईबापूही सामील झाले होते!

◆◆◆

१८. बुलबुलसाठी वधू-संशोधन

मोरूचा मुलगा तरंग ऊर्फ बुलबुल आता लग्नाचा झाला होता. बी.ई. पहिल्या वर्गात पास होऊन तो आता पुण्याजवळच्या एका कारखान्यात मेकॅनिकल इंजनेर होता. सकाळच्या टपालाने एक पत्र आले. ते रत्नांग्रीच्या वामनराव कर्व्यांचे होते. आपली मुलगी गोदावरी लग्नाची असून तिची कुंडली आणि फोटो पाठवून देत असल्याबद्दलचा त्यात मजकूर होता. कर्वे हे आमच्या हाफिसात थर्ड पी. ए. टु फर्स्ट असिस्टंट टु डेप्युटी डायरेक्टर होते. सुप्रसिद्ध अण्णासाहेब कर्व्यांचे ते सख्खे तिऱ्हाईत! (हा विनोद त्यांचाच बरं का!)

बुलबुल संध्याकाळी कामावरून आला आणि हाश्हुश् करीत पंख्याखाली बसला, तेव्हा मी त्याला कर्व्यांच्या पत्राविषयी सांगितले.

"कर्वे? रत्नागिरीचे? बापरे!" बुलबुल म्हणाला.

जवळच बसून बिरडे करण्यासाठी वालावरल्या साली काऊ काढत होती. तिने रागावून विचारले, "त्यात बापरे करायला काय झाले रे, बुलबुल?"

"अगं आजी, रत्नागिरीचे एकारांत कोकणस्थ म्हणजे अर्क असतात अर्क! 'अरे मध्या, तो शेजारच्या पटवर्धनाकडला केसरी आण—गोखल्यांचा नानू बी. ए. ला नापास झालाय का बघू!' असं म्हणणारे ते लोक!"

"हात् मेल्यांनो! तू का या कर्व्यांचा घरजावई होणार आहेस? अरे, गोदावरीची तसबीर तरी पाहा-" गोदावरी दिसायला सुबक, ठेंगणी होती. अंगभर पदर घेऊनती फोटूला उभी असल्याने शालीन

आणि कुलीन दिसत होती.

पण बुलबुल तिचा फोटू बघून खो-खो हसू लागला.

“नाना—” बुलबुल मला ‘आजोबा’ म्हणायचा; मग मीच त्याला नाना म्हणायला लावले. “हे राजापूरला पाठवायचं पार्सल चुकून पुण्याला कसं काय?”

“म्हंजे काय रे, बुलबुल?”

“काऊ, तू मध्ये बोलू नकोस गं!” हे मी काऊला उद्देशून म्हणालो. “तिच्यात काय वाईट आहे रे, बुलबुल?”

“तिच्यात काही वाईट नाही, हेच तर वाईट आहे!” बुलबुल हसत म्हणाला. “ही कशी आहे सांगू का, नाना? अमुक तमुक ह्यांची कनिष्ठ कन्या हिजला वधू नेमस्त केली आहे. हिचा शरीरसंबंध— रा रा रा रा शरीसंबंध—” हसून-हसून बुलबुलच्या डोळ्यांत पाणी आले.

“पूर्वी मंगलपत्रिकेत शरीरसंबंध असे स्पष्ट लिहीत; त्यात वाईट काय रे झाले?” मी रागावून म्हणालो, “ताकाला जाऊन गाडगे का बरे लपवायचे?”

“नका लपवू गाडगं—पण तूर्त ही सौभाग्यकांक्षिणी गोदावरी कर्वे यांची छबी लपवा—” असे म्हणून बुलबुल “आलो रे आलोऽऽ” ओरडत बाहेर गेला. बाहेर कोणी आले नव्हते— परंतु आमच्याशी बोलायचे नसले म्हणजे वापरावयाची ती बुलबुलची नेहमीची युक्ती होती. सारांश, बुलबुल सांगून येणाऱ्या मुलीत काही तरी खोड काढू लागला. कोणाचे शिक्षण कमी, तर कोणी रूपात कमी— कोण जुन्या वळणाची ठकूबाई, तर कोण अकाली प्रौढ झालेली काकूबाई! “बुलबुल, तुला गाय आखुडशिंगी, बहुदुधी, गोंडेदार शेपटाची, सस्त्या भावात अशी हवी. कशी रे मिळणार?” असे मी त्याला वारंवार म्हणू लागलो. त्यावर तो हसत म्हणे— “नाना, माझी वाग्दत्त वधू माझ्यानंतर तीन-चार वर्षांनी कुठं तरी जन्माला आलेली असणारच की! शोधू या, म्हणजे सापडेल!”

काऊ तर ऊठसूट म्हणू लागली, “आता काही मला नातसूनमुख दिसत नाही!”

एके दिवशी सकाळी मी समर्थांचा दासबोध उदासपणे वाचत बसलो असताना माझ्या नावाने तार आली. तार मुंबईहून माझ्या मेव्हण्याकडून (म्हणजे माझ्या बहिणीच्या— चिमीच्या नवऱ्याकडून. मराठीत बहिणीच्या नवऱ्यास मेव्हणा व बायकोच्या भावासही मेव्हणा म्हणतात. समृद्ध मऱ्हाटी भाषेत दोन वेगवेगळ्या नात्यांसाठी दोन वेगवेगळे शब्द नसावेत— अं?) आली होती. तारेत मजकूर होता— “निघा ताबडतोब. मी आहे पाहिली सुरेख मुलगी बुलबुलसाठी.”

मुलगी पाहण्यासाठी मी, गुंड्याभाऊ आणि बुलबुल तिघांनी जायचे, असे

ठरविले. ''शुभकार्यासाठी तिघे जाऊ नयेत.'' असे काऊ म्हणाली.

''अगं, पण मोरूला रजा मिळत नाही; त्याला आम्ही काय करणार?'' मी म्हटले.

''भावजी, तुमच्याबरोबर एक दगड घेऊन जा—'' काऊ गुंड्याभाऊला म्हणाली.

''वेगळा दगड कशाला? चिमण आहेच की बरोबर!'' गुंड्याभाऊ हसत म्हणाला.

''कृपया नको बोलूस वात्रटासारखा!'' मी गुंड्याभाऊला इंग्रजीत चापले. चापायला इंग्रजी भाषा मराठीपेक्षा चांगली.

तर, आम्ही तिघे वेगळा दगड घेऊन मुंबईला गेलो. मुंबईची मुलगी पाहायला मिळणार, म्हणून बुलबुल खुशीत होता. वास्तविक, मुंबईस सौ. चिमूताईचे बिऱ्हाड असल्याने तेथेच आम्ही उतरावयास पाहिजे होते, पण पाहिजे तितकी स्वतंत्रता मिळावी म्हणून बोरीबंदराजवळील 'अमीर महाल' नावाच्या पथिकनिवासात आम्ही उतरलो. (गुंड्याभाऊच्या त्या सुप्रसिद्ध दुखण्याच्या वेळी आम्ही याच निवासात उतरलो होतो, हे चाणाक्ष वाचकांना आठवत असेलच. नसेल आठवत, तर आता आठवेल!)

पूर्वीपेक्षा चहा-फराळाचे दर फारच वाढलेले दिसले. मी चहा-फराळ करताना गुंड्याभाऊला तसे म्हणताच आमच्यापलीकडे बसलेल्या एका गुजरात्याने मध्ये तोंड घातले.

''अरे, हा तर काहीच नव्हे! इथे साठ पैशाला च्या मिळतो— मोठ्या हाटेलात सात-आठ रुपया पडतात!''

''सात-आठ रुपये कपभर चहाला?'' —गुंड्याभाऊ.

''डायरेक्ट दार्जिलिंग किंवा नीलगिरीहून आणत असतील चहा!'' मी म्हटले.

''अरे, पूर्वी आम्ही हाटिलात जायचा. पोऱ्याला सांगायचा, पंखा चालू कर. अखबार आण. गरमागरम भजिया लाव आणि भायेर सायकल ठेवलीय, त्येच्यावर लक्ष ठेव आणि ह्ये सगळा दोन पैशात! व्हेअर आर यू? आहात कुठे?''

फराळ आटोपून आम्ही चि. सौ. चिमूताईचे यजमान रा. आत्मारामपंत यांजकडे गेलो. मुलीचे आई-वडील कोरेगावला असतात. इथे ती मामाकडे राहते. कोटातल्या कॉलेजात बी. ए. शिकते आणि दिसायला चांगली आहे, अशी त्यांनी माहिती दिली.

''कुंडली पाहायची आहे?'' त्यांनी विचारले.

"छे हो! पाच रुपये एखाद्या कुडमुड्या ज्योतिषाकडे दिले, की तो हवी तशी कुंडली करून देतो! मंगळाला डिस्मिस् करायचा असेल, तर आणखी पाच रुपये! नाही का रे बुलबुल?" मी म्हटले.

"फोटो आधी पाहायचा आहे?"

"नको! फोटोत तिरळ्या मुलीची सुलोचना करता येते आणि बाहेर आलेले दात अलगद ढकलून आत घालता येतात!"

"मागे एकदा मी मित्राच्या मुलासाठी मुलगी पाहायला गेलो होतो. फोटोत तिचे डोळे तेजस्वी दिसत होते. डोळ्यांमुळे तिचा चेहरा आकर्षक दिसत होता. पाहायला गेली तर डोळ्यांवर चष्मा—आणि भिंगे कसली, तर काचेची कौले असतात ना, तितक्या जाडीची!" गुंड्याभाऊंनी वर पाहून काचेचे कौल दाखविले.

"बरं, आम्ही सर्व समक्ष आलोय—मुलगी पाहून टाकू!" बुलबुल उतावीळपणे म्हणाला.

"कोठे आहे तिच्या मामाचे घर?"

"तिच्या मामाचे घर एका चाळीत आहे. दोनच खोल्या आहेत. तेव्हा पाहण्याचा कार्यक्रम त्यांनी एका हॉटेलात ठरवला आहे. चाळीत शेजारी-पाजारी डोकावतात—तेव्हा म्हणाले, बाहेरच उत्तम!" रा. आत्मारामपंत म्हणाले.

"चालेल!" बुलबुल म्हणाला.

"हॉटेल तरी चांगले आहे ना? इराण्याचे हॉटेल नको म्हणावे!" गुंड्याभाऊने सुचवले.

"त्याची काळजी करू नका. हॉटेल उत्तम आहे. ते काय म्हणतात—तसं एअरकंडिशण्ड आहे."

"एअरकंडिशन म्हंजे एअरला आत येऊ नको, अशी कंडिशन!" मी विनोद केला.

"तर, आज संध्याकाळी पाच वाजता जाऊ. मी बोडसांना दूरध्वनीने कळवतो तसे. मी येतो तुम्हाला न्यायला—" आत्मारामपंत म्हणाले.

आम्ही पथिकनिवासात परतलो.

संध्याकाळी मुलगी पाहायला जाताना आमच्याबरोबर आत्मारामपंत असल्याने आम्ही आमच्याबरोबरचा दगड निवासातच ठेवला. बुलबुल सूट-बूट घालून तयार झाला. आम्ही चौघे टॅक्सीने निघालो. टॅक्सी हे भाडोत्री वाहन. त्यावरून आत्मारामपंतांनी एक विनोद सांगितला—

अनेक ट्रका, छोट्या गाड्या यांवर 'फॉर हायर' लिहिलेले असते (हायरचे स्पेलिंग एच. आय. आर. ई. हे इंग्रजी जाणणाऱ्या चतुर वाचकांस ज्ञात असेलच).

त्या वेळी भाऊसाहेब हिरे मंत्री होते. हिऱ्यांचा एक गाववाला मुंबईला आला आणि गावात परतल्यावर सर्वांना सांगू लागला, ''काय आमच्या हिरेसाहेबांची मिजास! शेकडो ट्रका आणि गाड्या त्यांच्यासाठी राखून ठेवल्या आहेत!'' 'फॉर हायर'चे बिचाऱ्याने 'फॉर हिरे' असे केले! असो.

आम्ही हाटिलात पोचलो. आरक्षित मेजाकडे (रिझर्व्ह टेबलाकडे) गेलो. तेथे श्री. बोडस ऊर्फ मुलीचे मामा हे एकटेच बसले होते. ''कुमारी बोडस आली नाही वाटते?'' गुंड्याभाऊंनी चौकशी केली.

''ती कुमारी बोडस कशी असू शकेल? ती माझी भाची—बहिणीची मुलगी आहे!'' मामा छद्मीपणे हसत म्हणाला.

गुंड्याभाऊ वरमला. गादीच्या खुर्चीवर अवघडून बसला आणि चारी बाजूंनी पाहू लागला.

''ती कॉलेजाहून आली आणि ब्यूटी पार्लरमध्ये गेली. तिथून इथं येणार आहे टॅक्सी करून—'' मामा म्हणाला.

''पण तिने आधी हा कार्यक्रम आटोपायचा— मग कोठे जायचे ते जायचे!'' माझ्या अंगात वरपक्ष संचारला होता.

''अहो, पण ती या कार्यक्रमाची तयारी म्हणूनच ब्यूटी पार्लरमध्ये गेलीय!'' मामाच्या बोलण्यात अंमळ तुच्छता होती, असा मला भास झाला.

''अहो गुंड्याभाऊ, नीट टेकून बसा. असे अवघडून काय बसता?'' आत्मारामपंत म्हणाले.

''अहो, ते प्रथमच आले असतील असल्या हॉटेलात!'' मामा वर्मावर बोट ठेवत म्हणाले.

''मागं एकदा काय गंमत झाली, ह्यांच्यासारखा एक बावळट—आय मीन, मुंबईबाहेरचा माणूस असल्या हॉटेलात गेला. डिनर झाल्यावर हात धुवायला वेटरनं त्याला फिंगर बोल्स आणून दिला. फिंगर बोल्स म्हणजे एका काचेच्या खोलगट बशीत कोमट पाणी आणि लिंबाचे तुकडे. तर, त्या माणसानं काय करावं? त्यानं लिंबाचे तुकडे पाण्यात पिळले आणि ते पाणी पिऊन टाकलं! आता बोला!''

''पण जेवल्यानंतर लिंबाचं पाणी तब्येतीला चांगलं!'' गुंड्याभाऊ म्हणाला.

मामानं कपाळाला हात लावला व वाट पाहणाऱ्या (वेटरला) हाक मारली.

''ती येईपर्यंत आपण कटलेट्स खाऊ,'' तो म्हणाला. त्याने तसा हुकूम (ऑर्डर) दिला.

''बोडस म्हणजे तुम्ही कुठले?'' मी विचारले.

''आम्ही तसे मुंबईचेच! कोळी, पाठारे प्रभू आणि बोडस मुंबईचे मूळचे

रहिवासी— असं म्हणा ना!''

"पुण्याला आमच्या शेजारी मागे एक बळवंतराव बोडस राहत होते. त्यांनी बँकेत अफरातफर केली, म्हणून त्यांना सहा महिन्यांची सक्तमजुरीची शिक्षा झाली होती पाहा! ते बोडस तुमचे कोण?'' गुंड्याभाऊने विचारले.

आपण दिसतो तसे बावळट नाही, हे गुंड्याभाऊला दाखवायचे होते, हे मी ओळखले.

"ते आमचे कुणी नव्हते!'' पण मामांचा चेहरा गोरामोरा झालेला दिसला.

"मग मागे बोडस नावाचे शूर स्वातंत्र्यसैनिक होऊन गेले, ते तुमचे जवळचे नातेवाईक असतील?'' लिंबाचं पाणी गुंड्याभाऊच्या पोटात डळमळत होते तर!

मामानं विषय बदलला. मला म्हणाला "अरे, हे काय? सगळे डिशचा समाचार घेताहेत— तुम्ही स्वस्थ का?''

"मी मुद्दाम थांबलोय. कटलेट म्हणजे 'कापा उशिरा!' म्हणून मी हा पदार्थ उशिरा कापतो आहे!'' मी हसत म्हटले.

तेवढ्यात आमच्या भोवताली सुगंध दरवळला. सुगंधाचा झोतच्या झोत आमच्या बाजूने कोणी भिरकावला. झोत आधी आणि मग बऱ्याच वेळानंतर एक मुलगी आमच्या समोरच्या खुर्चीवर मामा बोडसाजवळ येऊन बसली.

"ही माझी भाची— मोनिका—''

नाव चमत्कारिक होते; पण मनात म्हटले, आमच्या बुलबुलला आवडले की झाले! त्याला गोदावरी, तारा नावांचा तिटकारा! मी मुलीकडे पाहिले आणि चमकलोच! गडबडीत ती साडी नेसून यायची विसरली की काय, ते मला कळेना. नुसता ब्लाऊज आणि परकर! त्या वस्त्रविशेषाला 'गरारा' म्हणतात, असे नंतर मला बुलबुल म्हणाला. माझे डोके मात्र ते वस्त्र पाहून गरागरा फिरू लागले, तेव्हा मला ते नाव मोठे अन्वर्थक वाटले! मोनिका आधुनिक होती—अत्याधुनिक होती. अलीकडच्या मुलींकडे पाहिल्यावर त्या कोणता तरी एखादा वस्त्रविशेष घालायचा विसरल्या की काय, असे वाटत राहते, हे जिज्ञासूंना पटावे.

"हॅलो—'' मोनिकेने हात पुढे केला. बुलबुलने तो हातात घेऊन हलवला. आम्ही नुसताच नमस्कार केला.

"मोनिका, तू काय घेणार?''

"मी? हॉटडॉग घेईन मामा!''

"काय? कुत्र्याचे मांस?'' गुंड्याभाऊ उडालाच.

अल्सेशियन कुत्रा अळूच्या पातळ भाजीकडे जसा पाहील तसे मोनिकेने गुंड्याभाऊकडे पाहिले!

"गुंड्याभाऊ, तू गप्प बस पाहू! जे-जे होईल ते-ते पाहावे!" मी गुंड्याभाऊच्या कानाजवळ तोंड नेऊन पुटपुटलो.

तरी गुंड्याभाऊ अंगात हिव भरल्यासारखा जागच्या जागी धडधडत राहिला!

"हां— आता काय विचारायचं ते विचारा—" मोनिका उष्ण श्वान (हॉट डॉग) खात म्हणाली.

"खरं म्हणता, हा पाहण्याचा प्रकार रानटी वाटत असेल तुम्हाला! पण आपल्या समाजात—" बुलबुल भलताच पाघळलेला दिसला!

त्याला मध्येच थांबवून ती म्हणाली, "नो नो! मला हे कसं अगदी मोठं थ्रिलिंग, एक्सायटिंग वाटतं! मामा जेव्हा मामीला पाहायला गेले होते ना, तेव्हा मामी अंगठ्यानं जमीन उकरीत, बोटाभोवती पदर गुंडाळीत खाली मान घालून उभी होती म्हणे! आता ही खालची फरशी अंगठ्यानं उकरणं कठीण आणि पदर बोटाभोवती गुंडाळायला मला पदर आहेच कुठं?"

"हो ना!" बुलबुल पोपटासारखा बोलला.

"मी तुझ्या मामीला विचारलं— भजी करता येतात का? कशी करतात, सांग बघू! ती एवढी घाबरली होती, की म्हणाली, कढईत तेल घ्यायचं—ते भाजायचं!"

"ओ! हाऊ एक्सायटिंग!" मोनिकाने पापण्यांची इतक्या जोराने फडफड केली, की पापण्यांचे केस गळून पडले. ते तिने उचलून पर्समध्ये टाकले. "इडियट! पापण्यांचे केस पण नीट लावता येत नाहीत!" ती पुटपुटली. देवाला तिने 'इडियट' म्हणावे, हे मला पसंत पडले नाही.

"तुम्हाला स्वयंपाक येतो की नाही? काय काय करता येते?" आत्मारामपंतांनी विचारले. आतापर्यंत त्यांनी आपलं तोंड खाण्यासाठी तेवढे उघडले होते!

"मला सर्व प्रकारचे केक्स करता येतात. बाय द वे, तुमच्याकडे ऑटोमॅटिक ओव्हन आहे ना? नसला तर लग्नानंतर आणता येईल!"

"नुसते केक्स येतात? म्हणजे काय सकाळ-संध्याकाळ केक्स खात बसायचं?" मी विस्मयाने म्हटले.

"पुढल्या महिन्यात मी कुकिंग क्लास जॉईन करणार आहे. चायनीज डिशेस— सहा महिन्यांचा कोर्स! सध्या मी डान्स क्लास जॉईन केला आहे— वेस्टर्न डान्स! ते तुमचे गावठी भरतनाट्यम्-कथ्थक नव्हेत! तुम्हाला चा चा चा येतो?" हा शेवटचा प्रश्न तिने मला उद्देशून न विचारता बुलबुलला विचारला होता.

"चा चा चा? नाही येत बुवा!" बुलबुलने स्पष्ट सांगितले.

"अगं, येत नसेल तर शिकतील!" मामाने बुलबुलला सावरून घेतले.

"शिकतील काय? मी सहा महिने सतत ट्रेनिंग घेतलं, तेव्हा चार पावलं टाकता येतात! तुम्हाला इतक्या लवकर नाही येणार!"

"का बरे?" मी थोडा दुखावून विचारले. जोग घराण्याचा हा प्रतिष्ठेचा प्रश्न होता ना!

"अहो, त्यासाठी बॉडी कशी सडपातळ हवी. ह्यांच्या अंगात भरपूर फॅट्स आहेत— चरबी झडल्याशिवाय— मामा, माझं डोकं फार दुखतंय! तुमची हरकत नसेल तर ती माझा अंबाडा काढून ठेवू का?"

"अंबाडा? तो कसा काढून ठेवणार?" मी अचंब्याने प्रश्न केला.

"हा असा!" तिने मागे हात नेऊन झाडावरला फणस उतरवतात तसा भरगच्च आंबाडा काढून टेबलावर ठेवला. खारीच्या शेपटासारखे तिचे केस कानशिलावर लोंबू लागले.

गुंड्याभाऊचे डोळे हा प्रकार पाहून अक्षरशः पांढरे पडले होते!

"इडियटनं अठरा रुपये घेतले!" मोनिका म्हणाली.

"अगं, मागच्या वेळी तू त्या मुलाला पाहायला आली होतीस, त्या वेळी केलीस तसली हेअरस्टाईल करायचीस!"

"यापूर्वी एक कार्यक्रम या हॉटेलात झाला आहे तर!" आत्मारामपंत उद्‌गारले.

"हो ना! मीच त्याला नकार दिला!"

"का बरं?" बुलबुलने कुतूहलाने प्रश्न केला.

"त्या वेळी त्या बावळटानं सारं चिकन आपल्या पँटवर सांडलं— तेव्हाच मी निर्णय घेतला—त्याच्याशी संसार करणं कठीण!"

तेवढ्यात चार धटिंगणांनी आमच्या टेबलाभोवती गराडा घातला. चौघांच्या गालावर तानाजी मालुसऱ्याप्रमाणे कल्ले होते आणि प्राचीन काळातील ऋषीमुनींप्रमाणे त्यांनी मस्तकावर भरपूर जटा ठेवल्या होत्या. त्या केसांच्या झुलुपांमुळे त्यांची कर्णेन्द्रिये पार झाकून गेली होती. जे पूर्ण उघडे ठेवायचे, ते इंद्रिय यांनी पूर्ण बंद करावे, हे पाहून मला विस्मयवजा खंत किंवा खंतवजा विस्मय वाटला.

"हाय मोनिका—!" —एक धटिंगण.

"यू लूक क्यूट!" —दुसरा धटिंगण

"हे कोण पाव्हणे?" —तिसरा.

"कोकण बोटीवरून डायरेक्ट इथं आलेले दिसतात." —चौथा.

"यू इडियट्स! माझा पत्ता काढत इथं आला वाटतं?" मोनिका कौतुकाने

उद्‌गारली. वास्तविक, तिने हे रागाने म्हणायला हवे होते.

"हे माझे बॉयफ्रेंड्स— बरं का!"

गुंड्याभाऊ ठाणबंद घोड्याप्रमाणे जागच्या जागी फुरफुरत बसला होता! तो एकदम उठला आणि ओरडला— "माझा सोटा मी पुण्याला विसरून आलो— नाहीतर—"

"काय म्हणालात?" ते चौघे धटिंगण एका सुरात विचारू लागले.

"काही नाही! चल रे चिमण—चल रे बुलबुल. चला जावईबापू—"

"आणि बिल कोण देणार?" मोनिकाने विचारले.

"तुझा बाप किंवा तुझा हा मामा!" गुंड्याभाऊ एकदा रागावला, की दहा लोकांना भीत नाही—मग त्या बायकी चेहऱ्याच्या धटिंगणांना आणि पुरुषी वृत्तीच्या मोनिकेला घाबरतोय होय?

आम्ही बाहेर आलो. टॅक्सीत बसलो.

गुंड्याभाऊ म्हणाला, "पापण्या खोट्या, अंबाडा खोटा! काय रे चिमण, ती मुलगी तरी खरीखुरी मुलगी होती काय?"

बुलबुल खिन्नपणे खिडकीतून बाहेर पाहत बसला होता.

मी त्याला म्हटले, "बुलबुल, काळजी नको करूस! शीर सलामत तो पोरी पचास!"

परिशिष्ट

गेल्या चार दशकांतील वधूंचे निवडक उखाणे पुढे दिले आहेत. त्यावरून तत्कालीन वधूंच्या महत्त्वाकांक्षा प्रतीत होतात.

सन १९४०   देशाचे पुढारी लागले स्वराज्याच्या नादी ।
                शांतरामराव सूट द्या टाकून नि वापरा आता खादी ॥

सन १९५०   संत्र्यांत संत्री नागपूरची संत्री ।
                गोपाळरावांच्या कामावर खूश झाले मंत्री ॥

सन १९६०   उंचात उंच राजाबाई टॉवर ।
                दिलीपला भितो आयसेन हॉवर ॥

सन १९७०   अभिजातबरोबर सिनेमा पाहिला सायको ।
                समीरचं नाव घेते राहुलची बायको.

◆◆◆

१९. माझे आणखी काही शत्रू

तसा मी सहनशील माणूस आहे. 'पेशन्स' नावाची चीज माझ्या रोमारोमांत भिनली आहे. दुधाचं कार्ड काढायला गेलो तेव्हा एक लिटर दुधासाठी मी साडेसात ते अडीच— एवढा वेळ क्यूमध्ये उभा राहिलो आहे! मुंबई-गोवा बसच्या प्रवासात मी एकदाही जांभई देत नाही! शिक्षणावरचे रटाळ परिसंवाद मी तासन्‌तास ऐकू शकतो!

असं असलं, तरी काही गोष्टी अशा आहेत की, ज्यामुळे माझं पित्त थोडंफार खवळतं. माझ्या सहनशक्तीला मर्यादा पडते. खरं म्हणता, असं व्हायला नको. अशा गोष्टीची प्रत्यक्षपणे मला बाधा होत नाही. तरीपण दुरून का होईना, मला त्या पाहवत नाहीत. मनातल्या मनात प्रचंड चीड उफाळून येते. स्वभावाला औषध नाही. दुसरं काय समर्थन द्यायचं?

आमच्या शेजारी एक कुटुंब राहतं. नवरा-बायको, मुलगा आणि मुलगी, असं हे चौकोनी कुटुंब आहे. सुखी संसाराविषयी कुटुंबप्रमुखाच्या काही भलभलत्या कल्पना असाव्यात! आपला संसार लोकांनी आदर्श समजावा; कुटुंब असावं तर हे असं, असं चार लोकांनी येता-जाता म्हणावं— असा उपरोल्लेखित कुटुंबप्रमुखाच्या नेतृत्वाखाली सर्वांचा जिवापाड प्रयत्न सुरू असतो!

सकाळी दहा वाजता पंचेचाळीस वर्षे वयाचा हा कुटुंबप्रमुख ऑफिसला जायला निघतो. त्याची चाळिशीतली बायको आणि वीस-बावीस वर्षांची मुलं गॅलरीत उभी असतात. कुटुंबप्रमुख गेटपाशी पोचेपर्यंत, मग रस्त्यावरून वळून दिसेनासा होईपर्यंत त्याचं कलत्र आणि त्याच्या संसारवृक्षाला आलेली दोन फळं त्याला निरोप देत

असतात.

"पप्पा, टाटा—" — मुलगा.

"अहो, टाटा बरं का!" —बायको.

"पप्पू, टाटा-" —मुलगी.

कुटुंबप्रमुखाच्या चेहऱ्यावर आकर्ण हास्य विलसत असतं. पुनः पुन्हा मागं वळून तो उजव्या हाताची चारी बोटं हलवत असतो.

हा निरोप समारंभ चांगला पाच-सात मिनिटं सुरू असतो.

साधारणतः पावणेदहा वाजल्यापासून गडबड सुरू असते.

"बाबी कुठं गेली?" —पप्पा.

"मैत्रिणीकडे गेलीय." —मम्मी.

"मग आता ती दहा वाजता कशी येणार मला टाटा करायला?"

"ती येईल हो. पाच मिनिटं कमी असताना येते की नाही पाहा!"

चाळीतल्या नळाला पाणी आलं की, भाडेकरूंची जशी गडबड उडते, तसा एकच गोंधळ दहा वाजण्याच्या सुमारास त्यांच्या घरी सुरू होतो.

"राजू, पप्पा चालले. लवकर गॅलरीत ये. क्रिकेट मग खेळ. बाबी, गणितं मग सोडव. बाहेर ये लवकर. अहो, निघा बरं का आणि वळणावर वळेपर्यंत हात हलवा."

कधी लुटूपुटूचं भांडण.

"कांता, काल तू लवकर का आत गेलीस, मी वळणावर पोचण्यापूर्वी?"

"अहो, दूध ठेवलं होतं गॅसवर— उतू जायला लागलं."

"गेलं असतं तर काही बिघडलं नसतं! माझा सबंध दिवस वाईट गेला! ऑफिसमध्ये कामात लक्ष लागेना!"

"चुकलं माझं! आता दहाच्या सुमाराला दूध नाही ठेवणार गॅसवर!"

बायकोला 'कांता' म्हणतो, तेव्हा तिचं खरं नाव ते की संस्कृत नायकाप्रमाणं हा ते संबोधन वापरतो, हे मला नीटसं ठाऊक नाही!

कधी त्यांच्या घरी गेलो की दोन्ही मुलं जवळ येतात. पायापाशी वाकून नमस्कार करतात.

"काका, नमस्कार करतो."

"काका, नमस्कार करते."

मी थोडासा गडबडतोच. मग कुटुंबप्रमुखाला सांगतो, "माझं थोडं काम आहे तुमच्याकडे."

"खासगी आहे का?"

"हो, म्हणजे एका अर्थी खासगीच."

मग तो डोळ्यांनी कसलीशी खूण करतो. मुलं आत जातात.

"मुलं आत गेलेली तुम्ही पाहिली असतील!"

"हो ना."

"मी त्यांना डोळ्यांनी खूण केली. आपण खासगी बोलणार, तेव्हा ती नसलेली बरी."

"वा:! तुमचं वळण म्हणजे अगदी—"

"काय खासगी काम होतं?"

"आमच्या घरी उद्या काही मित्रमंडळींना बोलवलंय. ड्रिंक्स पार्टी आहे. तुम्हाला बोलवायला आलोय. पण तुम्ही ड्रिंक घेता ना?"

"घेतो. पण स्वत:च्या घरी कधी घेत नाही."

"असं?"

"मुलांवर वाईट संस्कार होतात. कांताला आवडत नाही! दुसऱ्यांच्या घरी घेतो! ड्रिंक झाल्यावर मला बडिशेप, वेलदोडे आणि लवंगा भरपूर प्रमाणात लागतात."

"कशासाठी?"

"घरी आल्यावर दारूचा वास पसरू नये म्हणून. पण बाकीच्या बाबतीत मात्र मी आणि कांता मुलांना बरोबरीनं वागवतो, बरं का! अगदी भावंडांप्रमाणं."

"असं?"

ते कसं— त्याचा प्रत्यय मला एकदा आला.

बऱ्याच दिवसांनी संध्याकाळी त्यांच्या घरी गेलो होतो. सुरुवातीला मुलांनी नेहमीप्रमाणं नमस्कार केले आणि मुलं आत गेली.

काही वेळांनी कांताबाई बाहेर आल्या.

"अहो, राजूला जरा रागवा बरं का!"

"का गं, कांता?"

"आंबरसाचं पातेलं तुमच्यासाठी ठेवलंय. तर राजू म्हणतो, मी चाटणार आहे."

"ते काही नाही बरं का! राजू, बाबी, सर्व जण बाहेर या."

मुलं बाहेर आली. कांताबाई आत गेल्या आणि स्टेनलेस स्टीलचं एक पातेलं घेऊन आल्या.

"मागच्या रविवारी आंबरस केला होता, तेव्हा पातेलं तुम्ही चाटलं होतं."

"नाही बरं का राजू, त्या दिवशी माझी पाळी होती." —कांताबाई.

"मग गुरुवारी कुणी चाटलं होतं?" — राजू.

"गुरुवारी बाबीनं." — कुटुंबप्रमुख.

"हो. मी चाटलं होतं." — बाबी.

"काय राजू, कशी जिरली? चल गं कांता, आण ते पातेलं इकडे!"

तेवढ्यात बाबीचं माझ्याकडं लक्ष गेलं.

"पप्पा, काय हो? आपल्याकडे काका आलेयत आणि तुम्ही पातेल्यासाठी भांडता?"

"मग काय झालं?" — उरलेली तिघं अचंब्यानं.

"आपण आज पातेलं काकांना चाटायला देऊ." बाबी विजयी मुद्रेनं म्हणाली.

"होय गं, होय. तुला सुचलं बरं!" कांताबाई. मी पातेलं चाटायला नम्रपणे नकार दिला.

"आमच्याकडे रोज अशी खेळीमेळीची भांडणं बरं का! दुधाची साय कुणी चाटायची, चुकून सतरा भजी झाली तर सतरावं भजं कुणी खायचं? आंबा कापल्यावर बाठी कुणी घ्यायच्या न् फोडी कुणी खायच्या?"

या आदर्श चौकोनी कुटुंबाची ही तऱ्हा, तर दुसऱ्या एका शेजाऱ्याची दुसरीच तऱ्हा. नवरा-बायको व एकुलता एक मुलगा— असं हे कुटुंब आहे. नवऱ्याला मिळकत चांगली आहे. तेव्हा ऐपत नाही असा काही प्रश्न नाही, पण या कुटुंबाच्या हिशेबीपणाला काही सीमा?

आठवड्याला एक-दोन संध्याकाळी तरी बाईसाहेबांची विचारणा असते, "काय मधू, तू जेवणार का रात्री? संध्याकाळी पोहे हादडलेयस म्हणून विचारते."

बिचारा मधू! त्याला जरी जेवायचं असलं तरी आईच्या स्वरातली जरब ऐकून तो दबतो. "नाही गं, मी नुसता भात तेवढा खाईन."

"सुपारीएवढा ना?"

"हो. फार तर लिंबाएवढा."

ही मंडळी जेवायला बोलावलं तरच लग्नाला जातात. रिसेप्शन नामक प्रकारचा त्यांना मनस्वी तिटकारा आहे! 'कसलं ते बेचव थंडगार पाणी! हॅ! पाच रुपयाला पडतात तीन बाटल्या!' —अशी ह्यांची कॉमेंट! आहेराची रक्कम किती लोकांना जेवायला बोलवलंय यावर अवलंबून! अर्थात कमीत कमी पाच व जास्तीत जास्त दहा! 'साडेतीन रुपयाला एक ताट पडलं!' एकदा वाड्यातल्या एकाच्या घरी लग्न. जेवणाच्या पंगती उठत होत्या. मी आग्रह केला, "चला कर्वे, येता जेवायला?"

"नाही. मी शेवटच्या पंगतीत बसेन."

"मग मुलाला तरी बसू दे."

"नको, आम्ही तिघं एकदमच बसू. लागू दे चांगली कडकडून भूक! आणि तीन-साडेतीन वाजता गोडाचं जेवण उरकलं ना की रात्री जेवायला नको! दूध घेऊन झोपून जायचं!"

दुधाचं हे आपलं उगाच! शुद्ध एच टू ओ पिऊन झोपणारं हे कुटुंब!

नवरा-बायको भाजी आणायला नेहमी उशिरा जातात— रात्री जेवणबिवण झाल्यावर. "रात्री भाजी स्वस्त मिळते हो! भाजीवाली जायच्या गडबडीत असते, फार घासाघीस नाही करीत." हे त्याचं कारण.

"तुमच्याकडे लोकसत्ता आहे?"

"छे हो, कुठलंच वर्तमानपत्र घेत नाही. बातम्या ऐकतो रेडिओवर, तेवढ्या पुरतात. आपल्याला कुठं निवडणूक लढवायची आहे?" जणू वर्तमानपत्रं वाचणारे सर्व जण निवडणुका लढवणार आहेत!

एकदा या कुटुंबातील सौभाग्यवती सकाळी आमच्या घरी धावत आली. मी बाहेरच्या खोलीत वाचत बसलो होतो. या बाईसाहेबांचं आमच्या घरी काय काम असावं, हे कळेना. मी सहज कान टवकारले.

"बसा हो वैनी, गडबडीत दिसता?" आमच्या सौ.नं चौकशी केली.

"तुमचं चालू द्या काम. मी जरा टेकते पंधरा मिनिटं."

"इश्श...बसा ना! धापा टाकताय् अगदी!"

"अगं, आमच्या घरी ह्यांचे चार-पाच मित्र आले आहेत. ते जाईपर्यंत बसते इथं. पाच लोकांचा चहा एकदम जमत नाही या दिवसात! साखर नाही मिळत, दूध अपुरं पडतं."

"असं होय? बसा ना. चहा टाकू का?"

"टाक बाई थोडासा! सकाळी घेतला होता घोटभर!"

पै-पै करून वाचवलेले पैसे काय काय करणार आहेत—कुठं घेऊन जाणार आहेत, देव जाणे! माणसानं कसं बेहिशेबी असावं! मजा करावी! आज मजा करून घ्यावी; पुढं ती करायला मिळेल की नाही याची शाश्वती नाही! पैशाची किंमत झपाट्यानं कमी होतेय्—पण या हिशेबी लोकांच्या ते डोक्यात शिरेल तर! अशा हिशेबी लोकांची आधी गंमत वाटते; पण मग हळूहळू चीड येऊ लागते.

अशाच एका हिशेबी माणसाचं मी एक मोठंच काम केलं. माझ्या ओळखीनं, माझं वजन खर्च करून मी ते काम करून दिलं आणि या गृहस्थाचे दोन-चार हजार तरी सहज वाचले. शिवाय वेळ, श्रमसुद्धा.

"तुम्ही सहकुटुंब आमच्याकडे चहाला यायला पाहिजे बुवा!" गृहस्थ आग्रहानं

म्हणाले.

"येऊ हो— काय गडबड आहे?" मी म्हटलं.

सारखे निरोप. फोनावर फोन (अर्थात ऑफिसचा फोन!).

शेवटी एकदा एक रविवार संध्याकाळ ठरली. त्यासाठी मला एका पार्टीचं निमंत्रण नाकारावं लागलं.

"दुपारी फार जेवू नका बरं का— आमच्या चहासाठी जागा ठेवा." ऑफिसच्या फोनवरून मला प्रेमळ सूचना.

आम्ही दोघं ठरल्याप्रमाणं चहाला गेलो. आपल्यापुढं काय ताट वाढून ठेवलंय याची आम्हाला बिलकुल कल्पना नव्हती.

बऱ्याच गप्पा झाल्या. मी काम केलं म्हणून तोंडभरून आभारप्रदर्शन. माझं आपलं—'छे हो, कसचं कसचं—चालायचं, विशेष नाही.' वगैरे सुरू होतं.

शेवटी एकदाचा तो सुप्रसिद्ध चहा आला. बटाटा वेफर्स आणि मऊ पडलेल्या बिस्किटी!

"बिस्किटं आमच्या हिनं केलीयृत बरं का! बायकांच्या मासिकात पाहून शिकली! अंमळ मऊ झालीयत, पण चवदार आहेत. त्यांना आणखी दोन बिस्किटं घाल गं!"

वेफर्स आणि बिस्किटं या मेनूवर माझा विलक्षण राग आहे. सरकारनं कायदा करून या मेनूवर बंदी घातली पाहिजे, असं मी वेळ मिळेल तेव्हा प्रतिपादन करीत असतो आणि नेमका हाच मेनू! बरं, गृहस्थानं चहाला बोलावलंय म्हणून चहा तरी द्यावा! चार रुपयाला त्या ऑरेंज स्क्वॅशच्या बाटल्या मिळतात, त्यातलं चमचाभर द्रव्य बादलीभर पाण्यात टाकलेलं!

"उकाडा आहे. हिला म्हटलं सरबतच कर! ए, आणखी घाल त्यांना. आवडलं का? मला खूप आवडतं हे सरबत. सुट्टी असली की दिवसभर सारखा पीत असतो! ही सकाळी करून ठेवते भरपूर."

"हेसुद्धा सकाळी करून ठेवलं होतं." —सौ. मान वेळावून.

"वाटलंच!" मी म्हणालो.

बाहेर आलो आणि मनातल्या मनात शपथ घेतली— या असल्या हिशेबी माणसांची कामं जन्मात कधी करायची नाहीत!

प्रश्न असा, की हे लोक ओळखायचे कसे? सोपं आहे! अशाच माझ्या एका हिशेबी मित्रानं मला 'क्ल्यू' दिला.

बऱ्याच दिवसांनी तो भेटला. मी विचारलं, "काय रे, कसं चाललंय तुझं?"

"वा! मस्त चाललंय की! रोज बटाट्याची भाजी. दर रविवारी केळ्याचं शिकरण—मजा आहे नुसती! चैन करायची-! अरे, आयुष्यात आहे काय!"

तर, ही अशा मंडळींची चैनीची कल्पना. जास्तीत जास्त चैन म्हणजे मसाला पान आणि कुठलीतरी फिल्टर्ड सिगारेट. पान चघळताना आणि सिगारेटचा धूर सोडताना जणू सारं जग आपल्या कह्यात आलंय, असा चेहऱ्यावर भाव!

आमच्या घराजवळच दोन म्हातारे राहतात. जन्मभर पै न् पै हिशेबीपणानं जमवली. आता भरपूर पेन्शन मिळतं. मुलं मिळवती झाली आहेत, पण तरी यांची जित्याची खोड काही सुटत नाही. दोघांनी एकदा दादरच्या एका हॉलमध्ये फुकट कार्यक्रम होता त्यासाठी जायचं ठरवलं. घरापासून स्टेशनपर्यंत बसला दरडोई पंधरा पैसे व अंधेरी ते दादर गाडी दरडोई तीस पैसे (त्या वेळी स्वस्ताई होती—आतासारखी महागाई नव्हती!). जाताना तिंबुनानांनी खर्चायचे, येताना व्यंकुअण्णांनी खर्चाचा भार उचलायचा— अशी योजना होती.

तिंबुनानांनी ठरल्याप्रमाणे जाताना प्रवासखर्च केला. गाण्याचा फुकट कार्यक्रम संपल्यावर संध्याकाळी मंडळी दादर स्टेशनवर आली. स्टेशनवर खूप गर्दी. हिशेबात घोटाळा नको, म्हणून मंडळीनं रिटर्न तिकीट काढलेलं नव्हतं. व्यंकुअण्णांनी क्यूमध्ये उभे राहून तिकिटं तर काढली. दोघांनी आपापली तिकिटं खिशात ठेवली. गाडी आली. तिंबुनाना अंमळ चपळ. त्यांनी डब्यात प्रवेश केला, मग ते व्यंकुअण्णांना ओढू लागले. व्यंकुअण्णा ओरडताहेत, "गर्दी आहे. पुढल्या गाडीनं सावकाश जाऊ." आणि तिंबुनाना "चला हो, वर तरी या खरे." म्हणून ओढाताण करताहेत! अखेरीस गाडी सुटली. बिचारे व्यंकुअण्णा फरफटत पुढं गेले, पण शेवटी दादर स्टेशनवरच राहिले. पाय जरा मुरगळला म्हणून बाकावर बसले.

इकडे तिंबुनाना गाडीनं अंधेरीला पोचले.

व्यंकुअण्णा लवकर येताहेत कशाला? अंधेरी स्टेशन ते घर बसचे पंधरा पैसे वाचले म्हणून स्वारी खूष! दीड एक तासानं गाडी पकडून व्यंकुअण्णा अंधेरीला पोचतात तो तिंबुनाना त्यांची वाट पाहत स्टेशनवर थांबलेले! दोघांनी एकमेकांविरुद्ध माझ्याकडे कागाळी केली, तेव्हा झालेला प्रकार कळला.

मी एक पाहून ठेवलंय्— अशा हिशेबी तऱ्हेनं राहणाऱ्या माणसांचे पैसे एक तर चोरीला जातात किंवा घरात मोठा आजार येऊन एका फटक्यात सगळे पैसे खर्चून जातात! किमानपक्षी मुलगा उधळया, बाहेरख्याली निघतो आणि दिवे लावतो!

माणसाची आणखी एक जात आहे. या प्रकारच्या माणसांची मला खूप चीड येते. खरं म्हणता, जगातला माझा सर्वांत मोठा शत्रू कोण म्हणून कुणी विचारलं,

तर मी पट्दिशी उत्तर देईन— ''ज्याला मुळीच विनोदबुद्धी नाही तो!'' 'सेन्स ऑफ ह्युमर' ज्याला नसेल त्याची आणि माझी वेव्हलेंग्थ या जन्मात जुळणं शक्य नाही! भलत्या वेळी गंभीर होण्याइतकी विरस करणारी दुसरी गोष्ट नसेल.

माझा एक कलिग आहे. नुकतीच एरंडेल तेलाची वाटी संपवल्यासारखा त्याचा चेहरा असतो. थोडक्यात, मराठीतले समीक्षक ज्या आंबट चेहऱ्यानं शृंगाररसाची चिरफाड करतात, तसा आमचा या कलिगचा चेहरा आहे. पु. ल. देशपांड्यांचं 'बटाट्याची चाळ' पाहून आला आणि आंबट चेहरा करून म्हणाला, ''फार अतिशयोक्ती आहे बुवा! ऐकवत नाही अगदी!'' मिकेशचं एक विनोदी पुस्तक मी त्याला वाचायला दिलं. केव्हाही कंटाळा आला की मी हे पुस्तक काढून वाचतो आणि पोट धरधरून हसतो. या गृहस्थानं पुस्तक दुसऱ्या दिवशीच परत केलं.

''का हो? आवडलं नाही का पुस्तक?''

''आचरटपणा आहे झालं! चार पानं वाचली आणि टाकून दिलं! वेस्ट ऑफ टाइम.''

आमच्या एका मित्राचं लग्न ठरलं होतं. भूगोल या विषयाचा प्राध्यापक होता तो. लग्न ठरल्यानंतर ज्या प्रकारचे विनोद, चेष्टामस्करी आपण करतो; तशी चेष्टा सुरू होती. हा आमचा सहकारी मख्ख चेहरा करून बसला होता. 'टवाळा आवडे विनोद' यावर विश्वास ठेवून आपण टवाळ नसल्याचं सिद्ध करण्याचा त्याचा आटोकाट प्रयत्न सुरू होता. त्याला मुद्दाम प्रयत्न करावा लागत होता, असंही नाही— हे त्यानं लवकरच दाखवून दिलं.

मी सहज म्हटलं, ''अहो प्रोफेसर, लग्नच करायचं तर बावीस डिसेंबरला करा.''

''का बरं?''

''झालं! तुम्ही भूगोल शिकवता ना? बावीस डिसेंबरची रात्र सर्वांत मोठी असते, हे विसरलात काय?''

सर्व जण हसले. आमचे हे टवाळ नसलेले सहकारी गप्प. मग गंभीरपणे म्हणाले, ''तुम्ही त्यांना मिस्‌गाईड करता आहात.''

''ते कसं काय?'' मी चमकून विचारलं.

''लग्नाच्या पहिल्या रात्री सर्व काही सुरळीत होतं, असं नाही. वधूवर नवे असतात. अननुभवी असतात. बारा तासांची रात्र करायची काय त्यांना? त्या रात्री...''

फार खोलात जाण्यापूर्वीच मी त्यांना थांबवलं. म्हटलं, ''शरण आहोत आपण तुमच्या पुढं! तुम्ही जवळपास असताना यापुढं कुणीही विनोद करू नये,

असा सरकारनं एक वटहुकूम काढायला हवा!''

"मला वाटतं, असल्या बाबतीत सरकार कधी वटहुकूम काढत नाही. बोनस, डिव्हिडंड या बाबतीत—''

आता काय करावं या माणसाला?

मी व माझे डॉक्टर मित्र एका वर्कशॉपमध्ये गेलो होतो. डॉक्टरांची कार दुरुस्त होत होती. कारचं बॉनेट उघडून दुरुस्त करणारा इसम खाट्‌खुट करत होता आणि डॉक्टर कुतूहलानं दुरुस्तीचं काम न्याहाळत होते. तेवढ्यात दुसरे एक डॉक्टर आले. आमच्या डॉक्टरमित्रांचे हे मित्र. त्यांनी आमच्या मित्रांना विचारलं,

"काय कुलकर्णी, काय चाललंय?''

"जरा मोटारदुरुस्तीचं काम शिकून घेतोय!''

"असं? का बरं?''

"अहो, हल्ली पेशंट्‌स आजारी कुठं पडतात फारसे? तेव्हा डिस्पेन्सरीशेजारी वर्कशॉप उघडायचा विचार आहे!''

ते डॉक्टर एकदम गंभीर झाले. "डॉक्टर कुलकर्णी, मला वाटतं, डॉक्टरच्या व्यवसायाला ते शोभणारं नाही! बिलो अवर डिग्निटी! तुम्ही तुमचा बेत बदलावा— रिकन्सिडर करावा.''

मनात आलं— आमच्या त्या कलिगला आणि या डॉक्टरला आणि तत्सम मंडळींना एका विमानात बसवावं— विमान पुरेसं वर गेलं की पायलटनं पॅरॅशूट उघडून खाली उडी मारावी.

हे मी सहज माझ्या कलिगला म्हटलं, तर चेहरा लंबवर्तुळ करून विचारू लागला— "पण हल्ली पायलटचा संप आहे म्हणे ना?''

◆◆◆